Minna no Nihongo

みんなの日本語

Trung cấp I

中級 I 翻訳・文法解説 ベトナム語版
Bản dịch và Giải thích Ngữ pháp

スリーエーネットワーク

© 2014 by 3A Corporation

All rights reserved. No part of this publication may be reproduced, stored in a retrieval system, or transmitted in any form or by any means, electronic, mechanical, photocopying, recording, or otherwise, without the prior written permission of the Publisher.

Published by 3A Corporation.
Trusty Kojimachi Bldg., 2F, 4, Kojimachi 3-Chome, Chiyoda-ku, Tokyo 102-0083, Japan

ISBN 978-4-88319-692-0 C0081

First published 2014
Printed in Japan

Lời Nói Đầu

Minna no Nihongo Chukyu I (Tiếng Nhật cho mọi người, Chương trình trung cấp I) là giáo trình tiếng Nhật tổng hợp được lên kế hoạch, biên soạn tiếp nối cho bộ giáo trình được xuất bản lần đầu vào năm 1998 là **Minna no Nihongo Shokyu I-II** (Tiếng Nhật cho mọi người, Chương trình sơ cấp I - II). Bộ giáo trình **Minna no Nihongo Shokyu** ban đầu được phát triển với mục đích hỗ trợ người học trưởng thành nói chung có thể đạt được năng lực tiếng Nhật cấp độ sơ cấp trong một thời gian ngắn. Nhưng trên thực tế, ngoài nhóm đối tượng người học dự kiến ban đầu đó, nó còn đang được sử dụng rộng rãi (ở cả trong và ngoài Nhật Bản) như là một giáo trình tiếng Nhật sơ cấp cho các du học sinh đang theo học tại các trường đại học, cao đẳng của Nhật Bản hay các em đang có nguyện vọng đó.

Mặt khác, cùng với tình trạng tỉ lệ sinh giảm và kết hôn quốc tế gia tăng thì số người nước ngoài sinh sống lâu dài hay có ý định làm việc tại Nhật Bản đang không ngừng tăng lên. Vì vậy, **Minna no Nihongo** cũng được sử dụng phổ biến cho những đối tượng này như là một bộ giáo trình dễ học.

Trong bối cảnh người học đang được đa dạng hóa và nhu cầu về sách giáo khoa rất lớn như vậy, chúng tôi đã nhận được yêu cầu từ nhiều nơi gửi về với mong muốn có bộ giáo trình trung cấp tiếp nối bộ giáo trình sơ cấp **Minna no Nihongo Shokyu I-II**. Để đáp ứng yêu cầu đó, chúng tôi đã biên soạn và đưa đến tay người học cuốn sách này trên cơ sở đúc kết các kết quả rút ra từ quá trình lặp đi lặp lại công đoạn viết, dùng thử, đánh giá.

Chúng tôi thấy rằng cấp độ sơ cấp đòi hỏi ở người giao tiếp bằng tiếng Nhật khả năng có thể truyền đạt đến đối phương những gì mình muốn nói và có thể hiểu được những gì đối phương nói với mình, tuy nhiên, sang cấp độ trung cấp thì như thế là chưa đủ, mà nó còn đòi hỏi ở họ những kiến thức cần có khác để hiểu văn hóa, phong tục tập quán của Nhật Bản, v.v.. Và trong cuốn sách này chúng tôi đã đưa vào những nội dung có thể hỗ trợ đầy đủ cho cả những đối tượng người học như thế.

Cuối cùng, chúng tôi xin được bày tỏ lòng cám ơn sâu sắc đến các quý vị đã có những góp ý trong quá trình biên soạn và các quý vị đã hỗ trợ chúng tôi trong việc đưa cuốn sách vào sử dụng thử trong các giờ học, v.v.. Thời gian tới, thông qua công tác phát triển và xuất bản những giáo trình mà một xã hội cộng sinh đa văn hóa đòi hỏi cần phải có, công ty chúng tôi mong muốn tiếp tục được đóng góp vào việc mở rộng mạng lưới kết nối con người ở khắp nơi với nhau. Chúng tôi rất mong tiếp tục nhận được sự ủng hộ và động viên của quý vị.

Tháng 10 năm 2008
Công ty cổ phần 3A Corporation
Giám đốc Michihiro Takai

Những Chú Thích Gửi Đến Bạn Đọc

I. Cấu trúc của giáo trình

Minna no Nihongo Chukyu I bao gồm Quyển chính (kèm CD) và Bản dịch và Giải thích Ngữ pháp (bản dịch ra các ngôn ngữ) đi kèm. Bản dịch và Giải thích Ngữ pháp dự kiến được dịch ra các ngôn ngữ mà bắt đầu là bản tiếng Anh.

Cuốn giáo trình này được biên soạn với mục tiêu hỗ trợ người học phát triển năng lực ngôn ngữ tổng hợp gồm các kỹ năng nói/nghe và đọc/viết cần thiết cho giai đoạn đầu của cấp độ trung cấp (giai đoạn cầu nối từ cấp độ sơ cấp lên trung cấp).

Minna no Nihongo Chukyu I sẽ được tiếp nối bởi ***Minna no Nihongo Chukyu II*** tạo thành bộ giáo trình hỗ trợ người học có thể phát triển các kỹ năng để đạt được trình độ tiếng Nhật trung cấp.

II. Nội dung và cách sử dụng của giáo trình

1. Quyển chính (kèm CD)
(1) Các bài học

Minna no Nihongo Chukyu I (gồm 12 bài) là giáo trình tiếp nối bộ ***Minna no Nihongo Shokyu I-II*** (gồm 50 bài), nội dung được cấu trúc như sau:

1) Ngữ pháp và Luyện tập

Các điểm ngữ pháp trong mỗi bài được trình bày dưới dạng các mẫu câu và tránh không sử dụng thuật ngữ ngữ pháp.

Trường hợp phần kết nối tương đương với đơn vị câu thì sẽ được biểu thị bởi 「…」,

ví dụ: 「…ということだ」 (Bài 2).

Trường hợp phần kết nối tương đương với danh từ hoặc danh ngữ thì sẽ được biểu thị bởi 「～」,

ví dụ: 「～を～と言う」 (Bài 1).

Tuy nhiên, trường hợp phần kết nối dù là đơn vị câu nhưng nếu phần cuối của nó buộc phải kết thúc bởi các hình thức đặc biệt như thể て, thể た, thể nguyên dạng, thể たら, thể ている, thể ば, v.v. thì vẫn được biểu thị bởi 「～」,

ví dụ: 「～たら、～た」 (Bài 2).

Cách sử dụng của các điểm ngữ pháp (mẫu câu) trong thực tế sẽ được giới thiệu qua các câu ví dụ và các mẫu đối thoại. Phần Luyện tập được đưa vào để giúp người học nâng cao khả năng ứng dụng, và đối với những nội dung cần có sự mô tả ngữ cảnh hoặc tình huống thì hình ảnh minh họa cũng được sử dụng. Dựa trên phần luyện tập mẫu câu người học được khuyến khích tự nói và phát triển thành chủ đề hội thoại, từ đó nâng cao khả năng thực hành hội thoại và đọc hiểu.

2) Nói và Nghe

Phần này xây dựng các bài hội thoại mẫu bằng cách chọn đưa vào các tình huống giao tiếp với nội dung trọng tâm là những trao đổi, thỏa thuận về các chủ đề trong cuộc sống hàng ngày. Mục đích là khơi gợi hứng thú, ham muốn học tập ở người học và khi bước qua giai đoạn luyện tập thì họ có thể thực hiện được các nội dung hội thoại mong muốn mà không cần phải phụ thuộc vào việc học thuộc lòng. Các nhân vật xuất hiện trong hội thoại cũng là các nhân vật đã từng xuất hiện trong ***Minna no Nihongo Shokyu I-II*** sẽ tham gia vào các tình huống hội thoại khác nhau.

1. やってみましょう (Chúng ta hãy làm thử)

   Phần này dẫn nhập vào bài hội thoại mục tiêu. Người học theo các yêu cầu của bài, dùng vốn tiếng Nhật của mình để nói về những ngữ cảnh, tình huống được đưa ra.

2. 聞いてみましょう (Chúng ta hãy nghe thử)

   Ở phần này, người học nghe bài hội thoại trong CD, chú ý kỹ đến các điểm chính cần nghe và các cách biểu đạt được giới thiệu trong mỗi bài.

3. もう一度聞きましょう (Chúng ta hãy nghe lại một lần nữa)

   Ở phần này, người học vừa nghe CD vừa điền vào chỗ trống, hoàn thành bài hội thoại (người học hãy tiến hành nghe ứng theo mức độ nắm bắt của mình).

4. 言ってみましょう (Chúng ta hãy nói thử)

   Ở phần này, người học vừa chú ý đến phát âm và ngữ điệu của bài hội thoại rồi thử nói to theo CD.

5. 練習をしましょう (Chúng ta hãy luyện tập)

   Ở phần này, người học luyện tập những cách nói, cách dùng từ được sử dụng trong hội thoại.

6. 会話をしましょう (Chúng ta hãy hội thoại)

   Ở phần này, người học vừa xem hình minh họa vừa luyện tập hội thoại và tự nói lại nội dung hội thoại đó.

7. チャレンジしましょう (Chúng ta hãy thử sức)

   Ở phần này, sau khi nắm rõ tình huống và quan hệ của các nhân vật được đưa ra, người học tiến hành hội thoại trao đổi, thương lượng về nội dung là mục tiêu của bài đó.

3) Đọc và Viết

Ở phần 「読みましょう」 (Chúng ta hãy đọc) chúng tôi đã đưa vào 12 bài đọc khác nhau với nội dung thú vị nhằm khơi gợi sự yêu thích ở người học, giúp họ hứng thú với việc đọc.

1. 考えてみましょう (Chúng ta hãy nghĩ về nó)

   Đây là phần để người học khởi động, chuẩn bị những kiến thức liên quan đến chủ đề của bài văn chính trước khi đọc nó.

2. ことばをチェックしましょう (Chúng ta hãy kiểm tra từ)

Người học làm phần này để nắm bắt các từ vựng chủ chốt (bao gồm cả các từ mới) giúp hiểu được bài đọc. Sử dụng từ điển để xác nhận nghĩa của những từ không hiểu.

3. 読みましょう (Chúng ta hãy đọc)

Ở mỗi bài đọc có phần 「読むときのポイント」 (Các điểm lưu ý khi đọc) đưa ra các nhiệm vụ hỗ trợ người học luyện tập các kỹ năng và chiến lược đọc (cách đọc) cần có để nắm rõ được nội dung bài. Mục đích là giúp họ có thể nắm bắt các ý chính của bài đọc một cách chính xác, nhanh chóng. Có hai phương pháp thực hiện việc đọc là đọc thầm và đọc to, ở đây chúng tôi thấy rằng việc đọc to cũng rất cần thiết nên đã đưa các ví dụ được biểu hiện bằng âm thanh cụ thể vào trong CD.

4. 答えましょう (Chúng ta hãy trả lời)

Phần này để người học xác nhận xem mình đã thực hiện đúng các nhiệm vụ được đưa ra ở phần 「読むときのポイント」 hay chưa. Khi cần, các câu hỏi chi tiết liên quan đến nội dung bài đọc cũng được đưa vào.

5. チャレンジしましょう (Chúng ta hãy thử sức)

Mục đích của phần này là giúp cho người học có thể nói ra hoặc viết ra những gì những gì quen thuộc đối với họ hoặc những gì họ đã gặp liên quan đến nội dung của bài đọc.

4) Bài tập

Phần bài tập gồm có bài tập nghe hiểu (biểu thị bởi biểu tượng CD 🔊), bài tập ngữ pháp, và bài tập từ vựng. Bài tập nghe hiểu gồm có hai phần là phần bài tập nghe CD rồi trả lời các câu hỏi ngắn, và phần bài tập nghe đoạn hội thoại ngắn rồi nắm các điểm chính của nó. Cả hai phần/kiểu bài tập nghe này đều đưa vào các nội dung chính đã học ở bài đó, và nhằm mục đích nâng cao kỹ năng nghe hiểu của người học. Bài tập ngữ pháp kiểm tra mức độ nắm bắt các mẫu câu mới trong mỗi bài của người học, và bài tập từ vựng chú trọng vào việc giúp người học nhớ và có khả năng vận dụng các từ chức năng trong câu (như là trợ từ, trợ động từ, v.v.).

(2) Các nội dung chính đã học

1) Nói và Nghe

① Tiêu đề của hội thoại

② Mục tiêu bài học (chiến lược)

③ Các mẫu ngữ pháp (các mẫu câu) được giới thiệu trong phần Nói và Nghe (42 mẫu)

④ ＊: Các mẫu bổ sung (9 mẫu; tham chiếu NHỮNG CHÚ THÍCH GỬI ĐẾN BẠN ĐỌC 2. Bản dịch và Giải thích Ngữ pháp)

2) Đọc và Viết

① Tiêu đề của bài đọc

② Những gợi ý cho việc đọc (chiến lược)

③ Các mẫu ngữ pháp (các mẫu câu) được giới thiệu trong phần Đọc và Viết (53 mẫu)

④ ＊: Các mẫu bổ sung (8 mẫu; tham chiếu NHỮNG CHÚ THÍCH GỬI ĐẾN BẠN ĐỌC 2. Bản dịch và Giải thích Ngữ pháp)

(3) Cách ghi chữ Hán

1) Về nguyên tắc thì các chữ Hán đều từ 「常用漢字表」(Bảng các chữ Hán thường dùng) và Phụ lục bổ sung của nó.

① Trong các chữ 「熟字訓」(là một từ gồm từ 2 chữ Hán trở lên, có cách đọc đặc biệt) thì chữ nào nằm trong Phụ lục bổ sung của Bảng các chữ Hán thường dùng sẽ được ghi bằng chữ Hán.

   Ví dụ: 友達 bạn   眼鏡 kính   二十歳 20 tuổi   風邪 cảm

② Có một số chữ Hán và cách đọc dù không nằm trong Bảng các chữ Hán thường dùng nhưng cũng đã được chúng tôi dùng trong các danh từ riêng chỉ tên nước, địa danh, v.v., hoặc các từ thuộc các lĩnh vực như văn hóa, nghệ thuật, cách xưng hô trong gia đình, v.v..

   Ví dụ: 厳島神社 Đền Itsukushima
          夏目漱石 Natsume Soseki
          姪 cháu gái

2) Cũng có một số chữ Hán dù nằm trong Bảng các chữ Hán thường dùng và Phụ lục bổ sung của nó nhưng chúng tôi vẫn viết thành chữ Kana để cho người học dễ đọc.

   Ví dụ: ある（有る・在る） có, có ở
          いまさら（今更） giờ này
          さまざま（様々） nhiều, đa dạng

3) Đối với chữ số, về nguyên tắc chúng tôi dùng cách viết chữ số Ả-rập.

   Ví dụ: 9時 9 giờ
          10月2日 ngày mồng 2 tháng 10
          90歳 90 tuổi

   Tuy nhiên, trong các trường hợp sau đây chúng tôi dùng cách viết chữ số chữ Hán.

   Ví dụ: 一人で một mình
          一戸建て căn nhà riêng
          一日中 suốt cả ngày

4) Tất cả các chữ Hán xuất hiện trong Quyển chính của giáo trình **Minna no Nihongo Chukyu I** đều được ghi cách đọc Furigana.

(4) Mục lục

1) Từ mới (khoảng 910 từ)

2) Các biểu hiện hội thoại (khoảng 50)

3) Chữ Hán (trừ các chữ Hán của cấp độ sơ cấp ra thì có tổng cộng 315 chữ Hán thường dùng xuất hiện trong các bài đọc của tất cả 12 bài học)

(5) Đáp án

1) Đáp án

① Ngữ pháp và Luyện tập, Nói và Nghe, Đọc và Viết

② Bài tập (bao gồm kịch bản của bài tập nghe hiểu)

Mỗi câu hỏi có thể sẽ có nhiều đáp án trả lời khác nhau tùy theo bối cảnh của người học. Ở đây đưa ra một ví dụ trả lời làm mẫu.)

2) "Nói và Nghe" kịch bản hội thoại

3) Nội dung của CD

(6) CD

CD bao gồm ① hội thoại của phần Nói và Nghe, ② bài đọc của phần Đọc và Viết, ③ phần nghe hiểu của phần Bài tập. Thay vì chỉ chú ý vào trọng âm, ngữ điệu và học phát âm từng chữ, qua phần Hội thoại và Luyện tập, người học làm quen với tiếng Nhật nói ở tốc độ tự nhiên, cũng như trau dồi cho mình khả năng nắm các ý chính của mạch hội thoại và trả lời các câu hỏi liên quan.

Ngoài ra, khi nghe nội dung bài đọc của phần Đọc và Viết, họ còn có thể thưởng thức sự phong phú trong cách thể hiện các âm tiếng Nhật khác nhau tùy theo thể loại bài viết. Họ cần chú ý đến việc các phần khác nhau trong bài được đọc như thế nào, với nhịp điệu và cao độ âm thanh biến hóa ra sao. Qua việc xác nhận bằng CD, người học có thể xây dựng cho mình năng lực vận dụng tổng hợp cần thiết khi sắp xếp lại tư duy để nói hoặc viết tiếng Nhật.

2. Bản dịch và Giải thích Ngữ pháp (quyển riêng, bản dịch ra các ngôn ngữ)

Quyển này bao gồm 12 bài, với cấu trúc như sau:

(1) Từ mới và phần dịch của nó

Các từ mới, biểu hiện hội thoại và danh từ riêng được đưa ra theo thứ tự mà chúng xuất hiện ở các bài học.

(2) Giải thích ngữ pháp

1) Các mẫu ngữ pháp

Các mẫu ngữ pháp (mẫu câu) ở mỗi bài được biên soạn dựa trên chương trình ngữ pháp được xem là cần thiết cho người học ở cấp độ trung cấp.

2) Giải thích ngữ pháp (dịch ra các ngôn ngữ)

Phần giải thích ngữ pháp được biên soạn theo hướng để cho người học có thể ít lệ thuộc nhất vào nó. Các câu ví dụ được sử dụng để làm rõ ý nghĩa, chức năng của các mẫu ngữ pháp, và để biểu thị ở thời điểm, tình huống nào thì có thể sử dụng chúng.

3) Các hình thức kết nối và Ký hiệu

Trong Quyển chính, chúng tôi đã giới thiệu các mẫu ngữ pháp bằng hình thức các mẫu câu, và cố gắng làm cho các hình thức kết nối trở nên dễ hiểu bằng các câu ví dụ mà không sử dụng các thuật ngữ ngữ pháp.

Ở phần Giải thích ngữ pháp (bản dịch ra các ngôn ngữ) tất cả các hình thức kết nối được đưa ra để người học có thể tự mình xác nhận cách kết nối của chúng. Các thuật ngữ ngữ pháp cũng được sử dụng khi cần.

4) Tham chiếu và Chú thích bổ sung

Ngôn ngữ thứ hai là một ngôn ngữ được tiếp thu từ nền tảng sơ cấp và được lĩnh hội một cách chậm rãi như khi ta leo cầu thang xoáy trôn ốc (tức là có lặp lại, kế thừa các nội dung đã học khi học các mẫu ngữ pháp tiếng Nhật mới). Những mẫu ngữ pháp đã học ở trong giáo trình **Minna no Nihongo Shokyu** và các mục liên quan được giới thiệu ở mục Tham chiếu. Ngoài ra, dù không đưa vào trong phần Ngữ pháp và Luyện tập ở Quyển chính, nhưng với những mẫu ngữ pháp được xem là có thể tham khảo thêm thì chúng tôi đưa thêm phần giải thích bổ sung (được biểu thị bởi dấu ✽ trong phần Các Nội Dung Chính Đã Học ở cuối Quyển chính).

Cách Sử Dụng Hiệu Quả Giáo Trình Này

Phần này giải thích các điểm chính mà người học cần nắm để có thể sử dụng hiệu quả giáo trình **Minna no Nihongo Chukyu I** (Tiếng Nhật cho mọi người, Chương trình trung cấp I) bao gồm Quyển chính (kèm CD), Bản dịch và Giải thích Ngữ pháp (bán riêng, bản dịch ra các ngôn ngữ).

I. *Minna no Nihongo Chukyu I Quyển chính* (kèm CD)

1. Ngữ pháp và Luyện tập

Ở mỗi điểm ngữ pháp, trước hết hãy xem các câu ví dụ để nắm mẫu câu đó hoặc cách nói đó có thể dùng được khi nào, trong tình huống và hoàn cảnh nào. Và hãy thử so sánh chúng với các mẫu câu hay cách nói có biểu đạt tương tự xuất hiện ở giáo trình sơ cấp. Sau đó, xác nhận cách thức kết nối, làm phần luyện tập, và thử sử dụng những gì mà bạn đã học vào tình huống nói, nghe, đọc, viết thực tế.

2. Nói và Nghe (Hội thoại)

Trước hết, ở phần 「やってみましょう」 (Chúng ta hãy làm thử) bạn hãy thử dùng vốn tiếng Nhật mà mình đã biết để tạo nên một đoạn hội thoại. Tiếp theo, ở phần 「聞いてみましょう」 (Chúng ta hãy nghe thử) bạn hãy vừa nghe CD và vừa chú ý kỹ đến những cụm từ biểu hiện. Ở phần 「もう一度聞きましょう」 (Chúng ta hãy nghe lại một lần nữa) bạn hãy vừa nghe lại CD và vừa điền vào chỗ trống. Sau đó, ở phần 「言ってみましょう」 (Chúng ta hãy nói thử) bạn vừa chú ý vào cách phát âm, ngữ điệu của mình và vừa nói to theo CD. Tiếp đến, ở phần 「練習をしましょう」 (Chúng ta hãy luyện tập) bạn luyện tập những cách nói được dùng trong hội thoại. Cuối cùng, ở phần 「会話をしましょう」 (Chúng ta hãy hội thoại) bạn hãy xem tranh và hội thoại theo nội dung ở tranh.

Nếu bạn luyện tập theo cách này thì bạn sẽ có thể hội thoại một cách tự nhiên mà không cần phải cố ghi nhớ, và bạn cũng có thể dễ dàng nâng cao kỹ năng hội thoại của mình ở phần 「チャレンジしましょう」 (Chúng ta hãy thử sức).

Các nội dung hội thoại có ở phần 「解答」 (Đáp án) ở cuối quyển sách.

3. Đọc và Viết (Bài đọc)

Hãy chuẩn bị sẵn sàng trước khi đọc bài văn chính. Ở phần 「考えてみましょう」 (Chúng ta hãy nghĩ về nó) bạn hãy nghĩ về chủ đề của bài văn chính và trao đổi về nó với bạn học cùng và giáo viên. Sau đó, ở phần 「ことばをチェックしましょう」 (Chúng ta hãy kiểm tra từ) bạn hãy kiểm tra các từ được sử dụng trong bài văn, sử dụng bảng từ vựng mới xuất hiện trong **Minna no Nihongo Chukyu I Bản dịch và Giải thích Ngữ pháp** (bản dịch ra các ngôn ngữ) hoặc từ điển để xác nhận các từ không biết.

Sau đó, ở phần 「読みましょう」 (Chúng ta hãy đọc) bạn hãy đọc bài văn. Ở trong 「読むときのポイント」 (Các điểm lưu ý khi đọc) có ghi các chỉ dẫn cần thiết giúp hiểu rõ nội dung của bài văn nên bạn hãy tham khảo các chỉ dẫn đó và đọc.

Cuối cùng, bạn làm phần 「答えましょう」 (Chúng ta hãy trả lời) để xác nhận xem mình đã hiểu được nội dung của bài văn ở mức độ nào. Ở phần 「チャレンジしましょう」 (Chúng ta hãy thử sức) bạn hãy tóm tắt phần đọc hiểu bằng cách phát biểu về sự hiểu biết hoặc những trải nghiệm, v.v. của bạn có liên quan đến chủ đề của bài văn, bằng cách viết bài làm văn về chủ đề đó.

Ngoài ra, ở phần 「漢字索引」 cuối quyển sách có đưa vào 315 chữ Hán thuộc Bảng chữ Hán thường dụng được sử dụng trong giáo trình (không bao gồm các chữ Hán đã xuất hiện ở giáo trình sơ cấp) theo thứ tự xuất hiện của chúng. Phần này sẽ rất hữu ích cho bạn học cách đọc, cách viết chữ Hán và ý nghĩa, cách dùng của chúng.

4. Bài tập (Ôn tập)

Bạn hãy làm các bài tập để xác nhận xem mình đã nắm được các điểm ngữ pháp của bài đó hoặc ý nghĩa, cách dùng của các từ mới hay chưa. Đáp án có ở cuối quyển sách.

5. CD (🔊) : ký hiệu biểu tượng CD)

Mỗi bài trong CD bao gồm ① hội thoại của phần Nói và Nghe, ② bài đọc của phần Đọc và Viết, ③ nghe hiểu của phần Bài tập.

🔊 Hội thoại: tốc độ nói của hội thoại sẽ nhanh dần lên theo từng bài. Sau khi quen dần với tốc độ nói tự nhiên của tiếng Nhật, bạn hãy luyện tập nghe hiểu các ý chính của hội thoại.

🔊 Bài đọc: Bạn vừa nghe vừa chú ý xem mỗi phần ở trong bài văn được đọc như thế nào, với nhịp điệu và âm vực ra sao.

🔊 Bài tập: Kiểm tra khả năng nghe hiểu của bạn bằng cách làm các bài tập, đây là phần áp dụng của những nội dung mà bạn đã học trong bài đó.

II. *Minna no Nihongo Chukyu I* Bản dịch và Giải thích Ngữ pháp (bán riêng, được dịch ra các ngôn ngữ)

Bản dịch và Giải thích Ngữ pháp bao gồm Từ mới và Giải thích ngữ pháp.

1. Từ mới

Các từ mới, biểu hiện trong hội thoại, danh từ riêng được giới thiệu theo thứ tự xuất hiện trong các bài học. Bạn hãy xác nhận khoảng 1.000 từ mới và biểu hiện trong hội thoại được sử dụng như thế nào trong Quyển Chính, và nâng cao khả năng sử dụng, ứng dụng chúng của bạn bằng cách kết hợp luyện tập thường xuyên với khoảng 2.000 từ đã học ở sơ cấp.

2. Giải thích ngữ pháp

Phần này giải thích về mặt ngữ pháp của khoảng 100 điểm ngữ pháp xuất hiện trong phần Nói và Nghe (Hội thoại), phần Đọc và Viết (Bài đọc) ở mỗi bài học. Bạn hãy học ý nghĩa và chức năng của các điểm ngữ pháp (mẫu câu), rồi thông qua ngữ cảnh, tình huống hội thoại thực tế, hay mạch văn của bài đọc để nắm rõ hơn, nâng cao khả năng vận dụng của mình.

Chúng tôi đã biên soạn bộ giáo trình **Minna no Nihongo Chukyu I** này nhằm giúp cho người học có bước chuyển tiếp thuận lợi từ cấp độ sơ cấp lên cấp độ trung cấp, giúp họ có thể vui học với 4 chức năng (nói, nghe, đọc, viết) của từ ngữ được giới thiệu đồng đều. Chúng tôi hi vọng bộ giáo trình sẽ giúp người học bồi đắp được khả năng tiếng Nhật ở cấp độ tiền trung cấp, và tạo nên nền tảng cho các cấp độ học cao hơn (từ cuối trung cấp lên cao cấp) tiếp theo.

Các Thuật Ngữ Dùng Trong Giải Thích Ngữ Pháp

		課			課
依頼	yêu cầu, đề nghị	7	比較	so sánh	9
引用	trích dẫn	6	否定の意志	ý định phủ định	6
確認	xác nhận	5	比喩	tỷ dụ	1
過去の意志	ý định trong quá khứ	6	文脈指示	chỉ định quy chiếu theo mạch văn	5
勧誘	mời rủ	10			
義務	nghĩa vụ	6	変化	sự thay đổi	11
経験	kinh nghiệm	11	理由	lý do	1
継続	tiếp diễn	11	例示	minh họa	1
経歴	lí lịch	11			
結果	kết quả	1	移動動詞	động từ chỉ sự dịch chuyển	5
結果の状態	trạng thái kết quả	11			
原因	nguyên nhân	8	感情動詞	động từ biểu thị cảm xúc	7
限定	giới hạn	6	状態動詞	động từ chỉ trạng thái	9
根拠	căn cứ	1	複合動詞	động từ phức	10
指示	chị thị	7	疑問詞	nghi vấn từ	5
事態の出現	sự xuất hiện của một sự việc	6	固有名詞	danh từ riêng	1
			格助詞	trợ từ cách	4
習慣	tập quán	11	終助詞	trợ từ cuối câu	7
手段	phương tiện	11	助数詞	trợ số từ (các từ đếm)	1
状況からの判断	phán đoán từ tình huống	1	受身	bị động	7
条件	điều kiện	9	間接受身	bị động gián tiếp	12
推量	phỏng đoán	5	使役受身	sai khiến bị động	4
提案	đề xuất	11	意向形	thể ý chí	5
丁寧な依頼表現	yêu cầu lịch sự	1	中止形	hình thức kết lửng	4
伝聞	truyền đạt lại	4	である体	thể văn である	4
動作の列挙	liệt kê các động tác	12	丁寧形	thể lịch sự	4
判断	phán đoán	1	普通形	thể thông thường	1

		課
会話（かいわ）	hội thoại	5
文章（ぶんしょう）	văn viết	5
仮定（かてい）	giả định	2
使役（しえき）	sai khiến	4
感情使役（かんじょうしえき）	sai khiến (gây) cảm xúc	7
完了（かんりょう）	hoàn thành	2
逆接（ぎゃくせつ）	liên kết ngược nghĩa	1
反事実的用法（はんじじつてきようほう）	cách nói giả thiết không có thực	9
付帯状況（ふたいじょうきょう）	hoàn cảnh đi kèm	11
並列（へいれつ）	liệt kê	11
名詞修飾（めいししゅうしょく）	bổ nghĩa danh từ	8
語幹（ごかん）	gốc từ	12
主題（しゅだい）	chủ đề	6
節（せつ）	mệnh đề	5
尊敬語（そんけいご）	tôn kính ngữ	9
同格（どうかく）	đồng cách	4

Từ Viết Tắt Của Các Thuật Ngữ Ngữ Pháp

N	danh từ（名詞）
A	tính từ（形容詞）
い A	tính từ đuôi い（い形容詞）
な A	tính từ đuôi な（な形容詞）
V	động từ（動詞）
Vi.	nội động từ（自動詞）
Vt.	ngoại động từ（他動詞）
V thể ます	động từ thể ます（動詞ます形）
V thể nguyên dạng	động từ thể nguyên dạng（動詞辞書形）
V thể ない	động từ thể ない（動詞ない形）
V thể た	động từ thể た（動詞た形）
V thể て	động từ thể て（動詞て形）

Các Nhân Vật Xuất Hiện Trong Hội Thoại

マイク・ミラー／ Mike Miller
Người Mỹ,
nhân viên Công ty IMC

松本　正／ Matsumoto Tadashi
Người Nhật,
trưởng phòng Công ty IMC

佐藤　けい子／ Sato Keiko
Người Nhật,
nhân viên Công ty IMC

中村　秋子／ Nakamura Akiko
Người Nhật,
tổ trưởng tổ kinh doanh Công ty IMC

山田　一郎／ Yamada Ichiro
Người Nhật,
nhân viên Công ty IMC

山田　友子／ Yamada Tomoko
Người Nhật,
nhân viên ngân hàng

ジョン・ワット／ John Watt
Người Anh,
giảng viên Trường đại học Sakura

太郎／ Taro
Người Nhật, học sinh tiểu học (8 tuổi),
con trai của Ichiro và Tomoko Yamada

タワポン／ Thawaphon
Người Thái Lan,
sinh viên Trường đại học Sakura

森／ Mori
Người Nhật,
giáo sư Trường đại học Sakura

イー・ジンジュ／ Lee Jin Ju
Người Hàn Quốc,
nghiên cứu viên tại AKC

広田／ Hirota
Người Nhật,
sinh viên Trường đại học Sakura

佐野／ Sano
Người Nhật,
bà nội trợ

野村／ Nomura
Người Nhật,
bà nội trợ

ホセ・サントス／ Jose Santos
Người Bra-xin,
nhân viên Công ty hàng không Bra-xin

マリア・サントス／ Maria Santos
Người Bra-xin,
bà nội trợ

カリナ／ Karina
Người Indonesia,
sinh viên Trường đại học Fuji

テレサ／ Teresa
Người Bra-xin, học sinh tiểu học (9 tuổi),
con gái của Jose và Maria Santos

池田／ Ikeda
Người Nhật,
nhân viên Công ty hàng không Bra-xin

カール・シュミット／ Karl Schmidt
Người Đức,
kỹ sư Công ty điện Power

クララ・シュミット／ Klara Schmidt
Người Đức,
giáo viên tiếng Đức

ワン・シュエ／ Wang Xue
Người Trung Quốc,
bác sĩ Bệnh viện Kobe

ハンス／ Hans
Người Đức, học sinh (12 tuổi)
con trai của Karl và Klara Schmidt

リンリン／ Lin Lin
Người Trung Quốc,
cháu gái của Wang Xue

渡辺 あけみ／ Watanabe Akemi
Người Nhật,
nhân viên Công ty điện Power

＊ IMC（công ty phần mềm máy tính）
＊ AKC（アジア研究センター：Viện nghiên cứu châu Á）

Mục Lục

Lời Nói Đầu

Những Chú Thích Gửi Đến Bạn Đọc

Cách Sử Dụng Hiệu Quả Giáo Trình Này

Các Thuật Ngữ Dùng Trong Giải Thích Ngữ Pháp

Từ Viết Tắt Của Các Thuật Ngữ Ngữ Pháp

Các Nhân Vật Xuất Hiện Trong Hội Thoại

Phần 1 Từ Vựng

Bài 1	2
Bài 2	6
Bài 3	9
Bài 4	12
Bài 5	16
Bài 6	19
Bài 7	23
Bài 8	26
Bài 9	29
Bài 10	33
Bài 11	37
Bài 12	42

Phần 2 Giải Thích Ngữ Pháp

Bài 1 46

1. ～てもらえませんか・～ていただけませんか
   ～てもらえないでしょうか・～ていただけないでしょうか
2. ～のようだ・～のような～・～のように…
3. ～ことは／が／を
4. ～を～と言う
5. ～という～
6. いつ／どこ／何／だれ／どんなに～ても

|話す・聞く|
   ～じゃなくて、～

|読む・書く|
   …のだ・…のではない
   何人も、何回も、何枚も…

Bài 2 51

1. (1)(2) ～たら、～た
2. ～というのは～のことだ・～というのは…ということだ
3. …という～
4. …ように言う／注意する／伝える／頼む
5. ～みたいだ・～みたいな～・～みたいに…

|話す・聞く|
   ～ところ

Bài 3 54

1. ～(さ)せてもらえませんか・～(さ)せていただけませんか
   ～(さ)せてもらえないでしょうか・～(さ)せていただけないでしょうか
2. (1) …ことにする
   (2) …ことにしている
3. (1) …ことになる
   (2) …ことになっている
4. ～てほしい・～ないでほしい
5. (1) ～そうな～・～そうに…

(2) ～なさそう

(3) ～そうもない

話す・聞く

～たあと、…

Bài 4 59

1．…ということだ

2．…の・…の？

3．～ちゃう・～とく・～てる

4．～（さ）せられる・～される

5．～である

6．～ます、～ます、…・～くも、～くも、…

7．(1) ～（た）がる

　(2) ～（た）がっている

8．…こと・…ということ

話す・聞く

～の～

～ましたら、…・～まして、…

Bài 5 65

1．(1) あ～・そ～

　(2) そ～

2．…んじゃない？

3．～たところに／で

4．(1)(2) ～（よ）うとする／しない

5．…のだろうか

6．～との／での／からの／までの／への～

7．…だろう・…だろうと思う

話す・聞く

…から、～てください

読む・書く

が／の

Bài 6 — 71

1．(1) …て…・…って…
　(2) 〜って…
2．(1) 〜つもりはない
　(2) 〜つもりだった
　(3) 〜たつもり・〜ているつもり
3．〜てばかりいる・〜ばかり〜ている
4．…とか…
5．〜てくる
6．〜てくる・〜ていく

読む・書く
　こ〜

Bài 7 — 76

1．(1) 〜なくてはならない／いけない・〜なくてもかまわない
　(2) 〜なくちゃ／〜なきゃ［いけない］
2．…だけだ・［ただ］…だけでいい
3．…かな
4．(1) 〜なんか…
　(2) …なんて…
5．(1) 〜（さ）せる
　(2) 〜（さ）せられる・〜される
6．…なら、…

読む・書く
　〜てくれ

Bài 8 — 82

1．(1)(2) 〜あいだ、…・〜あいだに、…
2．(1)(2) 〜まで、…・〜までに、…
3．〜た〜
4．〜によって…
5．〜たまま、…・〜のまま、…
6．…からだ

話す・聞く
　髪／目／形 をしている

Bài 9 ─────────────────────────────── 86

1．お〜ますです
2．〜てもかまわない
3．…ほど〜ない・…ほどではない
4．〜ほど〜はない／いない
5．…ため［に］、…・…ためだ
6．〜たら／〜ば、…た

Bài 10 ─────────────────────────────── 90

1．(1) …はずだ
　(2) …はずが／はない
　(3) …はずだった
2．…ことが／もある
3．〜た結果、…・〜の結果、…
4．(1) 〜出す
　(2) 〜始める・〜終わる・〜続ける
　(3) 〜忘れる・〜合う・〜換える

読む・書く
　…ということになる

Bài 11 ─────────────────────────────── 95

1．〜てくる・〜ていく
2．〜たら［どう］？
3．…より…ほうが…
4．〜らしい
5．…らしい
6．〜として
7．(1) 〜ず［に］…
　(2) 〜ず、…
8．〜ている

話す・聞く
　～なんかどう？

Bài 12 101

1．…もの／もんだから
2．(1) ～（ら）れる
　　(2) ～（ら）れる
3．～たり～たり
4．～っぱなし
5．(1) …おかげで、…・…おかげだ
　　(2) …せいで、…・…せいだ

話す・聞く
　…みたいです

読む・書く
　どちらかと言えば、～ほうだ
　～ます／ませんように

Các Nội Dung Chính Đã Học 108

Phần 1
Từ Vựng

Bài 1

どのように		như thế nào
迷う［道に～］	まよう［みちに～］	lạc [đường]
先輩	せんぱい	tiền bối, người đi trước
まるで		hệt như (như trong "X hệt như Y")
明るい［性格が～］	あかるい［せいかくが～］	vui vẻ [tính cách ～]
父親	ちちおや	bố (cf. 母親（ははおや）: mẹ)
湖	みずうみ	hồ
目指す	めざす	hướng đến
命	いのち	sinh mạng, mạng sống
おせち料理	おせちりょうり	món ăn truyền thống của người Nhật trong dịp năm mới
初詣で	はつもうで	tục lệ thăm viếng đền hoặc chùa đầu năm mới để cầu mong may mắn, hạnh phúc cho cả năm
畳	たたみ	chiếu Tatami (loại chiếu cói tấm dày dùng làm sàn trong phòng Nhật truyền thống)
座布団	ざぶとん	miếng lót sàn hình vuông dùng để ngồi hoặc quỳ lên
床	ゆか	sàn nhà
正座	せいざ	kiểu ngồi chính thống của người Nhật với tư thế ngồi đặt mông lên hai gót chân, ngực ưỡn thẳng, và hai tay đặt úp lên đùi
おじぎ		cúi đầu (khi chào)
作家	さっか	nhà văn, tác giả
～中［留守～］	～ちゅう［るす～］	trong khi [vắng nhà]
いっぱい		đầy, đông
どんなに		như thế nào đi nữa
立派［な］	りっぱ［な］	tuyệt vời, hoành tráng
欠点	けってん	khiếm khuyết, khuyết điểm

日本語	よみ	Tiếng Việt
～過ぎ	～すぎ	quá ～
似合う	にあう	hợp
それで		vì thế, do đó
お礼	おれい	cám ơn, lời cám ơn
ポイント		điểm mấu chốt
内容	ないよう	nội dung
聞き取る	ききとる	nghe hiểu
表現	ひょうげん	biểu hiện
迷う［ＡかＢか～］	まよう	phân vân [giữa A và B]
部分	ぶぶん	phần
市民	しみん	dân thành phố, thị dân
会館	かいかん	hội quán
市民会館	しみんかいかん	hội quán công dân, trung tâm sinh hoạt cộng đồng của người dân trong thành phố
伝統的［な］	でんとうてき［な］	mang tính truyền thống
実際に	じっさいに	thực tế
そういう		kiểu như thế
ふだん		thông thường, bình thường
何とか	なんとか	bằng cách này hay cách khác, mọi cách, kiểu gì thì cũng
イントネーション		ngữ điệu
奨学金	しょうがくきん	học bổng
推薦状	すいせんじょう	thư tiến cử
交流	こうりゅう	giao lưu (cf. 交流パーティー：tiệc giao lưu)
司会	しかい	người dẫn chương trình (tại một buổi họp hay một sự kiện xã hội)
目上	めうえ	người trên, người ở vai trên
断る	ことわる	từ chối
引き受ける	ひきうける	nhận
印象	いんしょう	ấn tượng
チェックする		kiểm tra
［お］住まい	［お］すまい	nơi ở

1

たたむ		gập
重ねる	かさねる	chồng lên
板張り	いたばり	dán tấm gỗ (sàn, trần, v.v.)
素足	すあし	chân không, chân trần
使い分ける	つかいわける	thay đổi, chọn dùng cho từng mục đích, đối tượng khác nhau
良さ	よさ	ưu điểm, điểm tốt
読み取る	よみとる	đọc hiểu
旅行者	りょこうしゃ	du khách, khách du lịch
～者	～しゃ	người ～
最も	もっとも	nhất
非常に	ひじょうに	rất
それほど		đến như vậy, dường ấy
代表する	だいひょうする	tiêu biểu, đại diện
全体	ぜんたい	toàn bộ
敷く	しく	lót (chiếu Tatami), trải (chăn đệm, thảm sàn)
ちょうど		y như (như trong 'X y như Y')
何枚も	なんまいも	nhiều tấm (các vật mỏng)
つける [名前を～]	[なまえを～]	đặt [tên]
やまとことば		từ thuần gốc Nhật
動かす	うごかす	dịch chuyển
組み合わせる	くみあわせる	kết hợp
客間	きゃくま	phòng khách
居間	いま	phòng sinh hoạt chung, phòng khách
仕事部屋	しごとべや	phòng làm việc
ワラ		rơm
イグサ		cói
呼吸する	こきゅうする	hô hấp, thở
湿気	しっけ	hơi ẩm, độ ẩm
取る [湿気を～]	とる [しっけを～]	hút [hơi ẩm]
快適 [な]	かいてき [な]	sảng khoái

清潔［な］	せいけつ［な］	sạch sẽ
本文	ほんぶん	bài văn chính
一戸建て	いっこだて	nhà nguyên căn, nhà riêng
小学生	しょうがくせい	học sinh tiểu học
日常生活	にちじょうせいかつ	cuộc sống thường nhật

| あのう、〜ていただけないでしょうか。 | Xin lỗi, anh/ chị có thể giúp tôi ~ được không? |

> Bắt đầu với「あのう」[xin lỗi] khi ngần ngại nhờ ai đó giúp một việc gì.

| 何とかお願いできないでしょうか。 | Anh/ chị cố gắng mọi cách giúp cho tôi được không? |

> Thể hiện rằng mặc dù biết yêu cầu của bạn là không hợp lý nhưng bạn vẫn thực sự muốn nó được thực hiện.

うちでよければどうぞ。	Nếu anh/ chị cảm thấy nhà tôi ổn thì xin mời.
お役に立ててよかったです。	Thật tốt khi đã có thể giúp được anh/ chị.
お預かりします。	Chúng tôi xin nhận.

村上春樹	Haruki Murakami: Nhà văn, dịch giả. 1949–.
『ノルウェイの森』	Rừng Na Uy: một trong những tiểu thuyết nổi tiếng của Haruki Murakami đã được dịch ra nhiều thứ tiếng.
南太平洋	Nam Thái Bình Dương
トンガ王国	Vương quốc Tonga
バオバブ	Bao báp: một loại cây có nguồn gốc ở châu Phi.
マダガスカル	Madagascar
タタミゼ	Tatamisé(e): Một từ tiếng Pháp chỉ người thông hiểu lối sống và văn hóa Nhật Bản.

Bài 2

ふく［ガラスを～］		lau, chùi [cửa kính]
結果	けっか	kết quả
外来語	がいらいご	từ ngoại lai
守る［地球を～］	まもる［ちきゅうを～］	bảo vệ [trái đất]
ソフトウェア		phần mềm
メール		e-mail, thư điện tử
郵便	ゆうびん	đường bưu điện, bưu phẩm
Eメール	イーメール	e-mail, thư điện tử
栄養	えいよう	dinh dưỡng
カロリー		calori
エコ		sinh thái, quan tâm đến môi trường
環境	かんきょう	môi trường
アポ		cuộc hẹn
省エネ	しょうエネ	tiết kiệm năng lượng
学習する	がくしゅうする	học
記事	きじ	bài báo (trên một tờ báo, tạp chí, v.v.)
分ける［ごみを～］	わける	phân loại [rác]
うわさ		tin đồn
辺り	あたり	khu vực
アドバイス		lời khuyên
事件	じけん	vụ án
奪う	うばう	cướp đi, đoạt
干す	ほす	phơi
以外	いがい	ngoài
つく［うそを～］		nói [dối]
ロボット		rô bốt
本物	ほんもの	đồ thật
飛ぶ［空を～］	とぶ［そらを～］	bay [trên trời]

オレンジ		cam
パジャマ		bộ pijama
四角い	しかくい	vuông
腕	うで	cánh tay
つける［腕に～］	［うでに～］	đeo vào [cánh tay]
ふるさと		quê nhà
話しかける	はなしかける	nói với, bắt chuyện
不在連絡票	ふざいれんらくひょう	giấy báo đã ghé chuyển hàng đến nhưng người nhận vắng nhà
～宅	～たく	nhà
工事	こうじ	thi công
休日	きゅうじつ	ngày nghỉ
断水	だんすい	mất nước
リモコン		cái điều khiển từ xa
ロボコン		cuộc thi rô bốt
苦手［な］	にがて［な］	kém, không giỏi
紛らわしい	まぎらわしい	không rõ ràng, gây bối rối
正確［な］	せいかく［な］	chính xác
バランス		cân bằng
引く［線を～］	ひく［せんを～］	kẻ [một đường]
筆者	ひっしゃ	tác giả (của một bài viết)
いまだに		bây giờ vẫn
とんでもない		chẳng ra sao cả
宇宙人	うちゅうじん	người ngoài trái đất
全く	まったく	hoàn toàn
別の	べつの	khác
～自身	～じしん	tự (mình), chính (mình)
友人	ゆうじん	bạn thân
また		hơn nữa, vả lại
ライス		cơm
アドレス		địa chỉ, địa chỉ email
メールアドレス		địa chỉ email

プレゼン		bài thuyết trình
アイデンティティ		bản sắc, đặc tính, nét để nhận diện
コンプライアンス		sự tuân thủ luật, làm đúng luật
例えば	たとえば	ví dụ
ポリシー		nguyên tắc, chính sách
場合	ばあい	trường hợp
％	パーセント	tỷ lệ phần trăm
普通に	ふつうに	bình thường
いまさら		đến lúc này thì (chỉ sự việc đã muộn)
必要	ひつよう	sự cần thiết
なくてはならない		không thể thiếu, không thể không có
取る　　［バランスを～］	とる	đạt được, có được [sự cân bằng]
文章	ぶんしょう	bài văn
比べる	くらべる	so sánh

お忙しいところ、……。	(Xin lỗi), làm phiền anh/ chị trong lúc bận rộn ….

> Vừa lưu tâm đến tình hình của ai đó và mở lời gọi họ.

それで……。	Và …?

> Lắng nghe người khác nói và gợi mở họ trình bày tiếp.

僕自身もそうだけど、……。	Chính bản thân tôi cũng thế và kể cả, …
何が何だかわからない。	Tôi không biết cái gì là cái gì luôn.

Bài 3

インタビューする		phỏng vấn
担当する	たんとうする	phụ trách, chịu trách nhiệm
アルバイト先	アルバイトさき	chỗ làm thêm
～先	～さき	chỗ, nơi
店長	てんちょう	cửa hàng trưởng
研修	けんしゅう	đào tạo
話し合う	はなしあう	thảo luận, trao đổi ý kiến với nhau
通勤する	つうきんする	đi làm
これまで		cho đến nay
減らす	へらす	giảm
引っ越す	ひっこす	chuyển (nhà)
～か国	～かこく	(số) nước
家庭	かてい	gia đình
事情	じじょう	hoàn cảnh, lí do
幼稚園	ようちえん	trường mẫu giáo
昼寝する	ひるねする	ngủ trưa
帰国する	きこくする	về nước
来社	らいしゃ	đến thăm (công ty/văn phòng)
新製品	しんせいひん	sản phẩm mới
新～	しん～	tân ~, ~ mới
発表会	はっぴょうかい	buổi giới thiệu, buổi ra mắt
いつまでも		mãi
景気	けいき	tình trạng nền kinh tế, tình trạng kinh doanh
これ以上	これいじょう	hơn thế này nữa
森	もり	rừng
声［市民の～］	こえ［しみんの～］	tiếng nói, ý kiến [của người dân]
受ける ［インタビューを～］	うける	bị phỏng vấn, trả lời [phỏng vấn]
要望	ようぼう	yêu cầu, nguyện vọng

本当は	ほんとうは	thực ra
おとなしい		hiền, ngoan
しゃべる		nói chuyện
振る［彼女を〜］	ふる［かのじょを〜］	bỏ, đá [bạn gái]
Tシャツ	ティーシャツ	áo phông, áo bull
数	かず	số
切る［電話を〜］	きる［でんわを〜］	cắt, ngắt, cúp [điện thoại]
秘書	ひしょ	thư kí
教授	きょうじゅ	giáo sư
わざわざ		chủ ý, chiếu cố, cố công
取る［時間を〜］	とる［じかんを〜］	dành [thời gian]
できれば		nếu được, nếu có thể
変更する	へんこうする	thay đổi
急用	きゅうよう	việc gấp, việc đột xuất
気にする	きにする	để tâm, bận tâm
取引先	とりひきさき	khách hàng, đối tác
学生用	がくせいよう	dành cho sinh viên
〜用［学生〜］	〜よう［がくせい〜］	dành cho [sinh viên]
コンピューター室	コンピューターしつ	phòng máy tính
〜室	〜しつ	phòng 〜
渋滞	じゅうたい	(giao thông) tắc nghẽn, kẹt xe
瞬間	しゅんかん	khoảnh khắc
意識	いしき	ý thức
アンケート		bản điều tra, phiếu điều tra
調査	ちょうさ	điều tra
傾向	けいこう	khuynh hướng, xu hướng
避ける	さける	tránh
悲観的［な］	ひかんてき［な］	bi quan
グラフ		biểu đồ
時	とき	thời gian
最高に	さいこうに	nhất, tột đỉnh
もう一つ	もうひとつ	thêm một cái nữa, thêm một điều nữa

あいだ		trong lúc
前者	ぜんしゃ	điều ở trước, cái ở trước
後者	こうしゃ	điều ở sau, cái ở sau
やはり		nói gì thì nói, rõ ràng là
恋	こい	tình yêu
幸せ	しあわせ	hạnh phúc
感じる	かんじる	cảm nhận, cảm thấy
寝坊する	ねぼうする	ngủ quên
危険	きけん	nguy hiểm
寝顔	ねがお	khuôn mặt lúc ngủ

お電話、代わりました。	Alô, tôi nghe.
どうかしましたか。	Có vấn đề gì xảy ra với anh/ chị à?
わざわざ～ていただいたのに、……。	Anh/ chị đã chủ ý ~ cho tôi, vậy mà ….

> Cho ai đó biết rằng bạn cảm thấy có lỗi khi đã làm cho sự hỗ trợ của người ta dành cho mình trở nên vô nghĩa.

困りましたね。	Gay nhỉ.
できれば、～ていただけないでしょうか。	Nếu có thể, xin anh/ chị ~ giúp tôi có được không?

> Bày tỏ mong muốn một cách tế nhị, khéo léo.

おいでください。	Hãy đến.
申し訳ありませんでした。	Tôi rất lấy làm xin lỗi.

東北　Tohoku: Vùng đông bắc của Nhật Bản, gồm các tỉnh Aomori, Iwate, Akita, Yamagata, Miyagi và Fukushima.

Bài 4

検査する	けんさする	kiểm tra
明日	あす	ngày mai
能力	のうりょく	năng lực
バザー		chợ bán hàng cũ
マスク		khẩu trang, mặt nạ
スーツケース		va li
目が覚める	めがさめる	tỉnh giấc
朝礼	ちょうれい	lễ tập trung buổi sáng, giao ban công việc buổi sáng (ở công ty, trường học, v.v.)
校歌	こうか	bài hát truyền thống của trường
敬語	けいご	kính ngữ
感想文	かんそうぶん	bài văn trình bày cảm tưởng (như về một cuốn sách đã đọc)
運動場	うんどうじょう	sân tập thể dục thể thao, sân vận động
いたずら		nghịch ngợm
美しい	うつくしい	đẹp
世紀	せいき	thế kỷ
平和［な］	へいわ［な］	hòa bình
人々	ひとびと	mọi người
願う	ねがう	mong muốn, cầu mong
文	ぶん	câu, kiểu câu
書き換える	かきかえる	viết lại thành
合わせる	あわせる	kết hợp, ghép lại
もともと		vốn, vốn dĩ
若者	わかもの	người trẻ tuổi
～湖	～こ	hồ ~
深い	ふかい	sâu
さまざま［な］		nhiều, đa dạng
苦しい［生活が～］	くるしい［せいかつが～］	vất vả [cuộc sống ~]

性格	せいかく	tính cách
人気者	にんきもの	người được yêu thích, người được hâm mộ
多く	おおく	nhiều
不安［な］	ふあん［な］	bất an, lo lắng
出る［製品が～］	でる［せいひんが～］	[sản phẩm] ra thị trường, được bày bán
雷	かみなり	sấm sét
うち		chúng tôi (cf. うちの子ども：con chúng tôi)
残念［な］	ざんねん［な］	tiếc
認める	みとめる	thừa nhận, chấp nhận
現実	げんじつ	thực tế
愛する	あいする	yêu
首都	しゅと	thủ đô
伝言	でんごん	lời nhắn, tin nhắn để lại
留守番電話	るすばんでんわ	hộp thư thoại
メッセージ		tin nhắn
受ける［伝言を～］	うける［でんごんを～］	nhận [một tin nhắn]
入れる　［メッセージを～］	いれる	để lại [một tin nhắn]
差し上げる　［電話を～］	さしあげる　［でんわを～］	gọi [một cuộc gọi]
そのように		như thế (cf. このように：như vậy, như thế này)
出る［電話に～］	でる［でんわに～］	trả lời [điện thoại]
急［な］	きゅう［な］	gấp
入る［仕事が～］	はいる［しごとが～］	có [công việc]
取り消す	とりけす	hủy
来客中	らいきゃくちゅう	đang có khách, đang tiếp khách
食パン	しょくパン	bánh mì gối
売り切れ	うりきれ	hết hàng
バーゲンセール		bán giảm giá
案内状	あんないじょう	giấy mời, thư mời
～状　［招待～］	～じょう　［しょうたい～］	thư, thiệp, giấy [mời]

遠い［電話が～］	とおい［でんわが～］	nghe không rõ [tiếng trên điện thoại]
～嫌い	～ぎらい	ghét, không thích
時代	じだい	thời đại, thời kỳ
順に	じゅんに	lần lượt, theo thứ tự
失礼［な］	しつれい［な］	thất lễ
勧める	すすめる	tiến cử, giới thiệu
腹を立てる	はらをたてる	nổi cáu, tức giận
味わう	あじわう	thưởng thức
つなぐ		nắm (tay), nối (dây)
エピソード		câu chuyện, giai thoại
大嫌い	だいきらい	rất ghét
大～ 　［好き／嫌い］	だい～ 　［すき／きらい］	rất, cực [thích/ghét]
しつこい		cứng đầu, ngoan cố, bướng bỉnh
全員	ぜんいん	tất cả mọi người
数日	すうじつ	vài ngày
親せき	しんせき	họ hàng, người họ hàng
接続する	せつぞくする	kết nối
申し出る	もうしでる	đề nghị
結局	けっきょく	kết cục, cuối cùng
早速	さっそく	ngay, lập tức
そば		bên cạnh
取り付ける	とりつける	lắp đặt
出席者	しゅっせきしゃ	người tham dự
料金	りょうきん	phí

いつもお世話になっております。	Cám ơn anh/chị lúc nào cũng hỗ trợ chúng tôi.
あいにく……。	Chẳng may, …

> Cho ai đó biết rằng bạn lấy làm tiếc vì không thể đáp ứng điều mà họ kỳ vọng vào bạn.

恐れ入りますが、……。　　　　　　　Tôi xin lỗi, nhưng ….

> Một cách nói chuẩn mực luôn được sử dụng khi yêu cầu sự hỗ trợ, cảm thông từ một người nào đó với cả sự tôn trọng.

このままでよろしければ　　　　　　Nếu y như thế này mà thấy ổn rồi thì ….

ただいまのメッセージをお預かりしました。Tin nhắn của bạn đã được lưu lại.

ごめん。　　　　　　　　　　　　　Xin lỗi.

日本語能力試験	Kỳ thi kiểm tra năng lực tiếng Nhật: Một kỳ thi để đánh giá và chứng nhận năng lực tiếng Nhật của những người mà tiếng Nhật không phải là tiếng mẹ đẻ.
摩周湖	Hồ Mashu: Một hồ ở Hokkaido.
夏目漱石	Natsume Soseki: Tiểu thuyết gia, nhà phê bình văn học, nhà nghiên cứu văn học Anh. 1867–1916.
マーク・トゥエイン	Mark Twain: Nhà văn người Mỹ. 1835–1910.
H. G. ウェルズ	H. G. Wells: Nhà văn người Anh, nhà phê bình văn học. 1866–1946.
グラハム・ベル	Alexander Graham Bell: Nhà vật lý học và nhà phát minh người Mỹ, người đã phát minh ra điện thoại. 1847–1922.
ハートフォード	Hartford: Thành phố ở tiểu bang Connecticut, trên bờ biển phía Đông của Mỹ.

Bài 5

教科書	きょうかしょ	giáo trình, sách giáo khoa
居酒屋	いざかや	quán nhậu
やきとり		thịt gà nướng xiên
画面	がめん	màn hình
俳優	はいゆう	nam diễn viên
そっくり		giống y đúc, giống hệt
コンビニ		cửa hàng tiện lợi
改札[口]	かいさつ[ぐち]	[cửa] soát vé
運転手	うんてんしゅ	tài xế
かかってくる [電話が〜]	[でんわが〜]	[điện thoại] đổ chuông, gọi đến
切れる[電話が〜]	きれる[でんわが〜]	[điện thoại] ngừng đổ chuông, tắt
挙げる[例を〜]	あげる[れいを〜]	đưa ra, cho [ví dụ]
未来	みらい	tương lai
なくす[戦争を〜]	[せんそうを〜]	xóa bỏ, loại bỏ [chiến tranh]
不思議[な]	ふしぎ[な]	kỳ lạ
増やす	ふやす	tăng
今ごろ	いまごろ	tầm này, giờ này
観光客	かんこうきゃく	du khách, khách du lịch
沿う[川に〜]	そう[かわに〜]	dọc theo [con sông]
大通り	おおどおり	phố chính, đường lớn, đại lộ
出る[大通りに〜]	でる[おおどおりに〜]	ra đến [phố chính]
横断歩道	おうだんほどう	đường dành cho người đi bộ
突き当たり	つきあたり	cuối (đường)
線路	せんろ	đường ray
向こう側	むこうがわ	phía đối diện
踏切	ふみきり	đường ngang (điểm giao cắt giữa đường sắt và đường bộ)

分かれる ［道が～］	わかれる ［みちが～］	[đường] tách ra, phân ra
芸術	げいじゅつ	nghệ thuật
道順	みちじゅん	cách đi, lộ trình đi
通行人	つうこうにん	người qua đường
通り	とおり	đường, phố
川沿い	かわぞい	dọc theo sông
～沿い	～ぞい	dọc theo ～
流れる	ながれる	chảy
～先 ［100 メートル～］	～さき	[100 m] ở phía trước
～方［右の～］	～ほう［みぎの～］	phía bên [phải]
南北	なんぼく	nam bắc
逆	ぎゃく	ngược lại
南半球	みなみはんきゅう	nam bán cầu
北半球	きたはんきゅう	bắc bán cầu
常識	じょうしき	thường thức, ứng xử thông thường
差別	さべつ	sự phân biệt đối xử
平等［な］	びょうどう［な］	bình đẳng
位置	いち	vị trí
人間	にんげん	con người
観察する	かんさつする	quan sát
面	めん	mặt, bề mặt
中央	ちゅうおう	trung tâm
自然に	しぜんに	một cách tự nhiên, bất giác
努力する	どりょくする	nỗ lực, cố gắng
そこで		vì thế, vì vậy
普通	ふつう	bình thường, thông thường
経緯度	けいいど	kinh độ và vĩ độ
無意識に	むいしきに	vô thức, không chủ ý
表れ	あらわれ	biểu hiện
上下	じょうげ	trên dưới

左右	さゆう	trái phải
少なくとも	すくなくとも	ít nhất thì
文句	もんく	phàn nàn, than phiền
わざと		chủ ý, cố tình
経度	けいど	kinh độ
緯度	いど	vĩ độ
使用する	しようする	sử dụng
東西	とうざい	đông tây

5 ~から、~てください。

> Mô tả một lộ trình đi bằng cách nhắc đến các địa điểm vì thế mà người nghe hiểu được rõ.

函館(はこだて)	Hakodate: Thành phố cảng nằm ở phía nam của Hokkaido.
東京(とうきょう)タワー	Tháp Tokyo: Tháp truyền hình được xây dựng ở quận Minato, Tokyo, vào năm 1958.
アラビア語(ご)	Tiếng Ả rập
マッカーサー	Stuart McArthur: Một giáo viên trung học phổ thông người Úc.
アフリカ	Châu Phi
南(みなみ)アメリカ	Nam Mỹ

Bài 6

一期一会	いちごいちえ	gặp một lần để nhớ nhau mãi mãi, đời người chỉ gặp một lần
フクロウ		con cú
学ぶ	まなぶ	học
一生	いっしょう	suốt cuộc đời, cả đời
店員	てんいん	nhân viên cửa hàng
就職する	しゅうしょくする	xin việc
自分では	じぶんでは	tự tôi, tự bản thân
ゲーム		game, trò chơi
うがい		súc miệng
ビタミンC	ビタミンシー	vitamin C
とる ［ビタミンを～］		uống [vitamin]
遠く	とおく	xa
太鼓	たいこ	trống
けいこ		luyện tập, thực hành
サケ		cá hồi
着陸する	ちゃくりくする	hạ cánh (máy bay)
振る［手を～］	ふる［てを～］	vẫy [tay]
タラップ		cầu thang lên xuống máy bay (loại di động)
ようこそ		chào mừng
ビジネスマナー		văn hóa kinh doanh
セミナー		semina, hội thảo
案内	あんない	hướng dẫn, thông tin hướng dẫn
費用	ひよう	chi phí
交渉する	こうしょうする	thương thảo, đàm phán
条件	じょうけん	điều kiện
制度	せいど	chế độ

メンタルトレーニング		rèn luyện tinh thần
取り入れる	とりいれる	áp dụng, đưa vào, kết hợp
ビジネス		kinh doanh
レベル		cấp độ, mức độ
週	しゅう	tuần
全額	ぜんがく	toàn bộ số tiền
半額	はんがく	nửa số tiền, nửa giá
出す［費用を～］	だす［ひようを～］	chi, đài thọ [chi phí]
それでは		vậy thì, thế thì
期間	きかん	thời gian, thời hạn
日時	にちじ	ngày giờ
授業料	じゅぎょうりょう	học phí
～料	～りょう	~ phí
日にち	ひにち	ngày (tổ chức cuộc họp, v.v.)
担当者	たんとうしゃ	người phụ trách, người điều phối
延期する	えんきする	hoãn
買い換える	かいかえる	mua cái mới thay cái cũ
講演会	こうえんかい	buổi nói chuyện, buổi diễn thuyết
～会［講演～］	～かい［こうえん～］	buổi [diễn thuyết]
上司	じょうし	sếp, cấp trên
つかむ		nắm bắt, nắm lấy
そのような		như thế
想像する	そうぞうする	tưởng tượng
イメージする		hình dung, mường tượng
具体的［な］	ぐたいてき［な］	cụ thể, mang tính cụ thể
理想	りそう	lí tưởng
近づく	ちかづく	đến gần, tiến đến gần
こそあど		cách nói chỉ thị và nghi vấn bắt đầu với các âm tiết こ, そ, あ và ど
指す	さす	chỉ
記者会見	きしゃかいけん	họp báo

記者	きしゃ	phóng viên, ký giả, nhà báo
会見	かいけん	hội kiến
～ごっこ		đóng vai ~, bắt chước làm ~
キャベツ		bắp cải
暗い［気持ちが～］	くらい［きもちが～］	u ám, buồn rầu [tâm trạng]
世の中	よのなか	thế giới, thế gian, xã hội
アホ		ngu ngốc, xuẩn ngốc
見える［アホに～］	みえる	nhìn thấy, thấy, dường như [xuẩn ngốc]
ビジネスマン		doanh nhân
同じような	おなじような	giống như
閉じる	とじる	nhắm
トレーニング		luyện tập, rèn luyện
つまり		tóm lại, nói cách khác
過去	かこ	quá khứ
向き合う	むきあう	đối diện, đối mặt
そうすれば		bằng cách đó, làm như thế thì
現在	げんざい	hiện tại
そこから		từ đó
解決する	かいけつする	giải quyết
プラン		kế hoạch
立てる ［プランを～］	たてる	lập [kế hoạch]
順番	じゅんばん	thứ tự, trình tự

いやあ、……。	Không, ….
今ちょっとよろしいでしょうか。	Bây giờ anh/ chị có thể dành cho tôi chút thời gian không?
実は～のことなんですが、……。	Thực ra là, về chuyện …

> Một cách nói được dùng để đề cập về điều bạn muốn nói đến khi thương thảo hoặc yêu cầu một đặc ân.

ふうん。	Ồ, thật thế a?

もし〜が無理なら、……。   Nếu … không được thì …

> Thể hiện rằng người nói sẵn sàng để thương thảo và có đề xuất một sự lựa chọn khác.

「ちょうちょ」   'Bươm bướm': Bài hát ru.

スバル   Cụm sao mở Pleiades (Tua Rua): Cụm sao trong chòm sao Kim Ngưu, có thể nhìn thấy bằng mắt thường.

日本留学試験   Kỳ thi để các trường đại học Nhật Bản xét tuyển các lưu học sinh: gồm có kiểm tra trình độ tiếng Nhật và khả năng học tập cơ bản dành cho sinh viên không phải là người Nhật có nguyện vọng nhập học trường đại học Nhật Bản.

羽田空港   Sân bay Haneda: sân bay thuộc quận Ota, Tokyo.

Bài 7

出す［料理を～］	だす［りょうりを～］	đưa ra, dọn ra [thức ăn]
歓迎会	かんげいかい	tiệc chào đón
招待状	しょうたいじょう	thư mời
ラーメン		ramen (kiểu mì Tàu ăn với súp)
折り紙	おりがみ	origami (nghệ thuật gấp giấy)
ピンク		màu hồng
送別会	そうべつかい	tiệc chia tay
中華レストラン	ちゅうかレストラン	nhà hàng món ăn Tàu, nhà hàng Trung Hoa
留学生会	りゅうがくせいかい	hội lưu học sinh
～会 ［留学生～］	～かい ［りゅうがくせい～］	hội ～ [～ lưu học sinh]
会長	かいちょう	chủ tịch
点数	てんすう	điểm số
たいした		[không/chẳng] quan trọng, ghê gớm
悪口	わるぐち	sự nói xấu
夫婦	ふうふ	vợ chồng
～げんか［夫婦～］	［ふうふ～］	cãi nhau, tranh cãi [giữa vợ chồng]
医学部	いがくぶ	khoa y
～部［医学～］	～ぶ［いがく～］	khoa [y]
ライオン		sư tử
喜ぶ	よろこぶ	vui, vui sướng
冗談	じょうだん	đùa, bông đùa
～たち［子ども～］	［こども～］	(hậu tố chỉ số nhiều)
お化け	おばけ	ma
いじめる		bắt nạt, ăn hiếp, chọc ghẹo
感心する	かんしんする	quan tâm, ấn tượng
親	おや	bố mẹ
あらためて		lần nữa, một lần nữa
一周	いっしゅう	một vòng

～山	～さん	núi, ngọn (như núi/ ngọn Phú Sĩ)
芝居	しばい	kịch
せりふ		lời thoại (trong một vở kịch)
泣く	なく	khóc
アニメ		phim hoạt hình
感動する	かんどうする	cảm động
講演	こうえん	bài nói chuyện, bài giảng
譲る	ゆずる	để lại
ツアー		tour, tua
きつい [スケジュールが～]		kín, chặt chẽ [lịch trình, v.v.]
フリーマーケット		chợ trời
遠慮する	えんりょする	xin từ chối
表す	あらわす	bày tỏ
失礼	しつれい	thất lễ
受ける [誘いを～]	うける [さそいを～]	nhận lời, chấp nhận [lời mời]
着付け教室	きつけきょうしつ	lớp học cách mặc kimono
待ち合わせる	まちあわせる	gặp nhau (tại nơi và thời gian đã sắp xếp trước)
空く [時間が～]	あく [じかんが～]	rỗi, rảnh [thời gian]
交流会	こうりゅうかい	buổi giao lưu
いろんな		nhiều, nhiều loại
ゼミ		giờ thảo luận
せっかく		cất công, chủ ý
今回	こんかい	lần này, dịp này
同僚	どうりょう	đồng nghiệp
登山	とざん	leo núi
紅葉	こうよう	lá phong đỏ
見物	けんぶつ	tham quan
音楽会	おんがくかい	buổi biểu diễn âm nhạc
まんじゅう		bánh ngọt nhân đậu đỏ
ヘビ		rắn
毛虫	けむし	sâu róm, sâu bướm

いばる		kiêu ngạo, kiêu căng
震える	ふるえる	run
すると		lập tức, thế là
おれ		tao, tớ (dùng bởi nam giới)
〜ぐらい		chí ít thì, ít nhất thì
お前	おまえ	mày, cậu (dùng bởi nam giới)
丸い	まるい	tròn
いや		không
震え出す	ふるえだす	bắt đầu run rẩy
助ける	たすける	giúp, cứu
次々に	つぎつぎに	liên tục, liên tù tì
目の前	めのまえ	trước mắt
ポツリと		(nói) lẩm bẩm
ホームページ		Website, trang web
笑い話	わらいばなし	chuyện cười
落語	らくご	Rakugo (hình thức kể chuyện gây cười truyền thống của Nhật Bản)

本当(ほんとう)ですか。	Thật không?
ぜひお願(ねが)いします。	Nhất định nhờ anh/ chị.

Vui lòng chấp nhận một lời mời.

せっかく誘(さそ)っていただいたのに、申(もう)し訳(わけ)ありません。今回(こんかい)は遠慮(えんりょ)させてください。	Anh/ chị đã cất công rủ tôi vậy mà …, cho tôi xin lỗi. Lần này cho tôi xin phép không tham gia.

Lịch sự từ chối một lời mời và bày tỏ rất lấy làm tiếc.

……かい？	(hậu tố biểu thị nghi vấn)
助(たす)けてくれ！	Cứu tôi với!

Bài 8

眠る	ねむる	ngủ
黙る	だまる	im lặng
取る［ノートを～］	とる	viết [ghi chú]
盗む	ぬすむ	trộm, ăn trộm
焦げる	こげる	cháy, cháy xém
枯れる	かれる	héo, khô héo
平凡［な］	へいぼん［な］	bình thường, bình dị
人生	じんせい	cuộc đời
免許	めんきょ	giấy phép
取る［免許を～］	とる［めんきょを～］	lấy [giấy phép]
退職する	たいしょくする	về hưu, nghỉ việc
もったいない		lãng phí
鍋	なべ	nồi
ことば遣い	ことばづかい	cách dùng từ ngữ, cách sử dụng ngôn ngữ
生	なま	sống, tươi
専門的［な］	せんもんてき［な］	mang tính chuyên môn
社会勉強	しゃかいべんきょう	học hỏi về xã hội xung quanh
高校生	こうこうせい	học sinh cấp 3
迷子	まいご	trẻ lạc
しま		sọc
花柄	はながら	họa tiết hoa
チェック		kẻ ca-rô
スカート		váy
無地	むじ	không có họa tiết, trơn
水玉	みずたま	chấm bi
リュック		ba lô
背負う	せおう	đeo
サービスカウンター		quầy dịch vụ
姪	めい	cháu gái

特徴	とくちょう	đặc trưng, đặc điểm
身長	しんちょう	chiều cao
ジーンズ		quần jean, quần bò
髪型	かみがた	kiểu tóc
肩	かた	vai
持ち物	もちもの	đồ dùng cá nhân, đồ mang theo
水色	みずいろ	màu xanh nhạt
折りたたみ	おりたたみ	gập, gấp
青地	あおじ	nền màu xanh
～地	～じ	nền
持つところ	もつところ	cán, tay cầm
プラスチック		nhựa
途上国	とじょうこく	quốc gia đang phát triển
先進国	せんしんこく	quốc gia phát triển
プラス		mặt được, điểm cộng
マイナス		mặt không được, điểm trừ
共通	きょうつう	chung
関心	かんしん	sự quan tâm
多様化	たようか	da dạng hóa
タイトル		tiêu đề
反対に	はんたいに	ngược lại, trái ngược
前後	ぜんご	trước sau
対象	たいしょう	đối tượng
少女	しょうじょ	bé gái
アイディア		ý tưởng
輝く	かがやく	tỏa sáng, rực rỡ
浮力	ふりょく	lực nổi, lực đẩy Acsimet
少年	しょうねん	thiếu niên
キノコ雲	キノコぐも	đám mây hình nấm được tạo ra do các vụ thử nghiệm vũ khí hạt nhân
時に	ときに	đôi khi, thi thoảng
ダメージ		tổn thất, thiệt hại

与える ［ダメージを～］	あたえる	đem đến [tổn thất/ thiệt hại]
ひげ		râu, ria mép
伸びる	のびる	để dài, dài
発展する	はってんする	phát triển
ページ		trang
魅力	みりょく	sự hấp dẫn, sự quyến rũ
豊か［な］	ゆたか［な］	giàu có, đầy đủ
受ける ［ダメージを～］	うける	chịu [tổn thất/ thiệt hại]
テーマ		chủ đề, đề tài
述べる	のべる	bày tỏ, nói ra

8

確か、～たと思います。　　　　Tôi nghĩ chắc là ...

> Giải thích một cái gì đó trong khi vừa hình dung lại sự xuất hiện của ai đó hoặc lục tìm lại trí nhớ.

....

ナイジェリア	Ni-giê-ri-a
トリニダードトバゴ	Tri-ni-đát và To-ba-go
インド	Ấn Độ
ウガンダ	U-gan-đa

Bài 9

決まる	きまる	quyết, quyết định
済む	すむ	xong, kết thúc
印鑑	いんかん	con dấu
サイン		chữ ký
性能	せいのう	tính năng
タイプ		kiểu
機能	きのう	chức năng
平日	へいじつ	các ngày trong tuần
将棋	しょうぎ	cờ tướng Nhật Bản
自慢する	じまんする	tự mãn, tự kiêu, hãnh diện
豚肉	ぶたにく	thịt heo, thịt lợn
牛肉	ぎゅうにく	thịt bò
バレーボール		bóng chuyền
気温	きおん	nhiệt độ
降水量	こうすいりょう	lượng mưa
月別	つきべつ	theo từng tháng
平均	へいきん	trung bình
予防注射	よぼうちゅうしゃ	tiêm phòng, tiêm vắc-xin
国々	くにぐに	các nước
都市	とし	thành phố, đô thị
入国する	にゅうこくする	nhập cảnh
資源	しげん	tài nguyên thiên nhiên
とれる［米が～］	［こめが～］	trồng được [lúa]
大雪	おおゆき	tuyết lớn, tuyết rơi dày
乾燥する	かんそうする	khô
道路	どうろ	đường sá
どんどん		ngày càng
最後	さいご	cuối cùng
生きる	いきる	sống

9

誕生	たんじょう	sự ra đời
実現する	じつげんする	thực hiện
金メダル	きんメダル	huy chương vàng
金	きん	vàng
メダル		huy chương
バスケットボール		bóng rổ
選手	せんしゅ	cầu thủ, vận động viên
シンプル［な］		đơn giản, giản dị
書き込み	かきこみ	viết vào, ghi vào, nhập vào
検索	けんさく	tìm kiếm
例文	れいぶん	câu ví dụ
ジャンプ機能	ジャンプきのう	chức năng tra từ vựng bằng cách cho phép chuyển tắt giữa các loại từ điển tích hợp trong kim tự điển
ジャンプ		chuyển qua, nhảy qua
商品	しょうひん	hàng hóa
～社	～しゃ	Công ty ～
国語辞書	こくごじしょ	từ điển quốc ngữ (tiếng Nhật)
和英辞書	わえいじしょ	từ điển Nhật - Anh
載る［例文が～］	のる［れいぶんが～］	[ví dụ] được đưa vào
シルバー		bạc
付け加える	つけくわえる	thêm
編集する	へんしゅうする	biên tập
しっかり		tin cậy được, ổn, chắc chắn
留守番をする	るすばんをする	trông nhà
柄	がら	hoa văn, họa tiết
共通語	きょうつうご	ngôn ngữ chung
演奏	えんそう	biểu diễn, trình diễn
特許	とっきょ	bằng sáng chế
倒産	とうさん	phá sản
大金持ち	おおがねもち	triệu phú
誇る	ほこる	tự hào

表れる	あらわれる	biểu hiện, lộ ra, xuất hiện
今では	いまでは	ngày nay, bây giờ
ＴＳＵＮＡＭＩ	ツナミ	sóng thần
影響	えいきょう	sự ảnh hưởng
有名人	ゆうめいじん	người nổi tiếng
録音する	ろくおんする	ghi âm
ヒント		gợi ý
貸し出す	かしだす	cho thuê
ところが		tuy nhiên
競争	きょうそう	cạnh tranh
性別	せいべつ	giới tính
地域	ちいき	khu vực
関係なく	かんけいなく	bất kể
娯楽	ごらく	hình thức giải trí
[お] 年寄り	[お] としより	người lớn tuổi, cao niên
仲間	なかま	bạn bè
心	こころ	tâm hồn, trái tim
治す	なおす	chữa
単なる	たんなる	đơn thuần, đơn giản
きっかけ		lý do, cớ
交流協会	こうりゅうきょうかい	hiệp hội giao lưu
広報誌	こうほうし	bản tin, tạp chí tuyên truyền
暮らし	くらし	cuộc sống
役立つ	やくだつ	hữu ích, có ích
参加者	さんかしゃ	người tham gia

こうやって	làm như thế này …
～だけじゃなくて、～のがいいんですが……。	Không chỉ ～ mà ～ thì tốt.

Thêm điều kiện mong muốn có ở một thứ gì đó mà mình muốn mua.

それでしたら、〜（の）がよろしいんじゃないでしょうか。	Nếu như thế thì chẳng phải là ~ là được nhất sao ạ?
ほとんど変わりませんね。	Hầu như chẳng khác gì.
〜で、〜はありませんか。	Chị có … với … không?

> Yêu cầu một sản phẩm khác với loại mà nhân viên bán hàng đề nghị nhưng đáp ứng được các điều kiện tương tự.

ドラえもん	Đô-ra-ê-mon: Nhân vật mèo máy anh hùng của truyện tranh và phim hoạt hình, được dịch ra nhiều ngôn ngữ và phổ biến trên toàn thế giới.
アインシュタイン	Albert Einstein: Nhà vật lý lý thuyết người Đức (nhập tịch Mỹ), đoạt giải Nobel. 1879–1955.
タイム	Tờ Time: Tạp chí tin tức hàng tuần của Mỹ, được xuất bản ở ba mươi quốc gia.
ガンジー	Gandhi: Mohandas Karamchand Gandhi, nhà chính trị và tư tưởng của Ấn Độ. 1869–1948.
毛沢東	Mao Trạch Đông: Nhà chính trị và tư tưởng của Trung Quốc, người sáng lập ra nước Cộng hòa nhân dân Trung Hoa. 1893–1976.
黒澤 明	Akira Kurosawa: Đạo diễn phim, nổi tiếng với phim "Bảy hiệp sĩ Samurai" 1910–1998.
井上大佑	Daisuke Inoue: Người phát minh ra karaoke. 1949–.
8 ジューク	8-track jukebox: Thiết bị karaoke đầu tiên, được phát minh bởi Daisuke Inoue vào năm 1971.
曲がるストロー	ống hút gập cổ: Được phát minh và đăng ký bản quyền sáng chế bởi Takao Sakata sau khi ông chứng kiến một người bạn đang trị bệnh trong bệnh viện gặp khó khăn khi uống bằng một cái ống hút thẳng.
プルトップリング	cái khoen trên lon, đồ hộp: Cái móc có hình chiếc nhẫn để mở nắp lon, đồ hộp.

Bài 10

もうける		kiếm [tiền]
［お金を～］	［おかねを～］	
見かける	みかける	nhìn thấy, bắt gặp
否定する	ひていする	phủ định
タイムマシン		cỗ máy thời gian
宝くじ	たからくじ	vé số
当たる	あたる	trúng [vé số]
［宝くじが～］	［たからくじが～］	
ワールドカップ		World Cup, Giải vô địch bóng đá thế giới
カエル		con ếch
計画	けいかく	kế hoạch
実際	じっさい	thực tế
めったに		hiếm khi
通じる	つうじる	thông, được nối [điện thoại]
［電話が～］	［でんわが～］	
時間通りに	じかんどおりに	đúng giờ
かかる		[động cơ] khởi động
［エンジンが～］		
鬼	おに	con quỷ
怒る	おこる	tức giận, cáu
CO₂	シーオーツー	CO_2
抽選	ちゅうせん	rút thăm, xổ số
一等	いっとう	giải nhất
投票	とうひょう	bỏ phiếu, bầu
［お］互いに	［お］たがいに	lẫn nhau
出す［修理に～］	だす［しゅうりに～］	đưa đi/ gửi đi [sửa]
聞き返す	ききかえす	hỏi lại, yêu cầu nói lại
てっきり		chắc chắn, đinh ninh
倉庫	そうこ	kho chứa đồ, nhà kho

プリンター		máy in
入る［電源が〜］	はいる［でんげんが〜］	[điện nguồn] bật
マニュアル		sách hướng dẫn
親しい	したしい	thân thiết, gần gũi
驚く	おどろく	ngạc nhiên
〜代［60〜］	〜だい	những năm 〜 [sáu mươi]
誤解	ごかい	sự hiểu lầm
記憶	きおく	kí ức, trí nhớ
型	かた	loại, kiểu
〜型	〜がた	kiểu 〜, loại 〜
落とし物	おとしもの	đồ đánh rơi
転ぶ	ころぶ	ngã, té
奇数	きすう	số lẻ
偶数	ぐうすう	số chẵn
ぼんやりする		mất tập trung
あわて者	あわてもの	người hay hoảng hốt
ミス		sai lầm, lỗi
これら		những (cái) này
ヒューマンエラー		lỗi chủ quan, lỗi do con người
手術	しゅじゅつ	phẫu thuật
患者	かんじゃ	bệnh nhân
心理学者	しんりがくしゃ	nhà tâm lý học
おかす［ミスを〜］		phạm, mắc [lỗi]
うっかりミス		lỗi bất cẩn
うっかり		bất cẩn
こういう		như thế này (cf. ああいう：như thế đó)
チェックリスト		danh sách kiểm tra
手がかり	てがかり	gợi ý, đầu mối
一方	いっぽう	mặt khác
深く ［〜呼吸する］	ふかく ［〜こきゅうする］	[thở] sâu
指	ゆび	ngón tay

聖人君子	せいじんくんし	thánh nhân quân tử, người toàn vẹn
うそつき		kẻ nói dối
または		hay như, hoặc là
エラー		lỗi
困った人	こまったひと	người gặp khó khăn, người khổ sở
完成する	かんせいする	hoàn thành
つながる		dẫn đến [sự cố]
［出来事に～］	［できごとに～］	
出来事	できごと	sự cố
不注意	ふちゅうい	không chú ý, bất cẩn
引き起こす	ひきおこす	gây ra

どういうことでしょうか。	Ý anh/ chị là gì ạ?

> Bày tỏ rằng bạn đang bối rối bởi những gì bạn vừa được nghe.

そんなはずはありません。	Không thể như thế đâu!
てっきり～と思っていました。	Tôi đã đinh ninh rằng …

> Nói với người nghe những gì bạn đã tin cho đến bây giờ, và thể hiện cảm giác rằng bạn thấy khó để tin những gì bạn vừa nghe.

気を悪くする	thấy khó chịu
わかってもらえればいいんです。	Ông hiểu cho thì được rồi.

ＪＲ	JR: Viết tắt của Đường sắt Nhật Bản.
沖縄県	Tỉnh Okinawa: Tỉnh cực nam của Nhật Bản, bao gồm đảo chính Okinawa, quần đảo Ryukyu và các đảo khác. Thủ phủ của tỉnh Okinawa nằm ở thành phố Naha.
マザー・テレサ	Mẹ Teresa: Nữ tu công giáo nổi tiếng người An-ba-ni với công cuộc truyền giáo ở Ấn Độ. Người đoạt giải Nobel. 1910–1997.
新宿	Shinjuku: Một trong những khu trung tâm của Tokyo. Trụ sở làm việc của chính quyền thủ đô Tokyo được đặt ở đây vào năm 1991.

| リーズン | James Reason: Nhà tâm lý học người Anh. Tác giả của cuốn sách "Lỗi chủ quan của con người và Quản lý những rủi ro của sự cố do cơ cấu tổ chức". |

Bài 11

ますます		ngày càng
企業	きぎょう	công ty, doanh nghiệp
今後	こんご	từ nay trở đi, từ nay về sau
方言	ほうげん	phương ngữ, tiếng địa phương
普及する	ふきゅうする	phổ cập
建つ	たつ	được xây dựng
大家族	だいかぞく	gia đình lớn, đại gia đình
大～［～家族］	だい～［～かぞく］	[gia đình] ～ lớn
パックツアー		tour trọn gói
個人	こじん	cá nhân
いかにも		thực sự, quả nhiên, biết bao
入学式	にゅうがくしき	lễ nhập học
派手［な］	はで［な］	sặc sỡ
元気	げんき	khỏe khoắn, khỏe mạnh
出す［元気を～］	だす［げんきを～］	khỏe khoắn lên, tươi tỉnh lên
広告	こうこく	quảng cáo
美容院	びよういん	sa-lon thẩm mỹ, thẩm mỹ viện
車いす	くるまいす	xe lăn
寄付する［病院に車いすを～］	きふする［びょういんにくるまいすを～］	quyên góp, quyên tặng [xe lăn cho bệnh viện]
グレー		màu xám
地味［な］	じみ［な］	giản dị
原爆	げんばく	bom hạt nhân, bom nguyên tử
ただ一つ	ただひとつ	nhất, độc nhất
恐ろしさ	おそろしさ	sự khủng khiếp
ダイナマイト		mìn, chất nổ
自宅	じたく	nhà mình
あわてる		hoảng hốt, vội vàng
落ち着く	おちつく	bình tĩnh

行動する	こうどうする	hành động
のんびりする		thư thái, nhàn nhã
シューズ		giày
つながる ［電話が～］	［でんわが～］	[điện thoại] được nối, thông suốt
遺跡	いせき	di tích
発掘	はっくつ	khai quật
これまでに		cho đến nay, cho đến bây giờ
南極	なんきょく	Nam Cực
探検	たんけん	thám hiểm
世界遺産	せかいいさん	di sản thế giới
価値	かち	giá trị
やっぱり		đương nhiên, rõ ràng là (dạng văn nói của やはり)
流氷	りゅうひょう	băng trôi, tảng băng trôi
自由行動	じゆうこうどう	tự do hành động
提案する	ていあんする	đề xuất
軽く ［～体操する］	かるく ［～たいそうする］	[vận động] nhẹ
乗り物	のりもの	phương tiện đi lại
酔う［乗り物に～］	よう［のりものに～］	say [xe/ tàu]
コメント		lời nhận xét, ý kiến nhận xét
さらに		hơn nữa
仮装	かそう	giả trang, cải trang
染める	そめる	nhuộm
黄金	おうごん	vàng
伝説	でんせつ	truyền thuyết
いくつか		một vài, vài
屋根	やね	mái
農作物	のうさくぶつ	cây trồng
金銀	きんぎん	vàng bạc
治める	おさめる	cai quản, cai trị

掌	てのひら	lòng bàn tay
後半	こうはん	nửa sau
くぎ		đinh
村人	むらびと	dân làng
かける［費用を～］	［ひようを～］	bỏ [chi phí]
向き	むき	hướng (gió)
抵抗	ていこう	lực cản
～層	～そう	lớp
蚕	かいこ	con tằm
火薬	かやく	thuốc súng
製造する	せいぞうする	chế tạo
送る［生活を～］	おくる［せいかつを～］	sống [cuộc sống]
家内産業	かないさんぎょう	tiểu thủ công nghiệp
年貢	ねんぐ	địa tô, tô
期待する	きたいする	kỳ vọng, hy vọng
地	ち	đất đai
前半	ぜんはん	nửa đầu
やってくる		đến, kéo đến
住み着く	すみつく	định cư
一族	いちぞく	gia tộc
～城［帰雲～］	～じょう［かえりくも～］	thành ~ [Kaerikumo]
城	しろ	thành, lâu đài
掘り当てる	ほりあてる	đào (vàng, v.v.)
権力者	けんりょくしゃ	người có quyền lực
飢きん	ききん	nạn đói
～軒	～けん	trợ số từ đếm nhà
数百人	すうひゃくにん	vài trăm người (cf. 数十人(すうじゅうにん)：vài chục người, 数千人(すうせんにん)：vài nghìn người)
一人残らず	ひとりのこらず	không còn một người
消える	きえる	bị xóa sổ
保管する	ほかんする	bảo quản

兆	ちょう	nghìn tỷ
分ける　［いくつかに～］	わける	chia ra [nhiều phần]
積もる［雪が～］	つもる［ゆきが～］	[tuyết] tích lại
気候	きこう	khí hậu
観光案内	かんこうあんない	thông tin hướng dẫn du lịch
観光地	かんこうち	điểm du lịch

～っていうのはどうですか。	Anh/ chị thấy thế nào nếu ～?

> Dùng khi được người khác hỏi ý kiến, xin lời khuyên. Cách nói này thể hiện rằng bạn chỉ đưa ra một đề nghị, và để nó cho người xin tư vấn tự phán đoán xem có nên áp dụng hay không.

それも悪くないですね。	Như vậy cũng không tệ nhỉ.
それもそうですね。	Tôi nghĩ điều anh/ chị nói cũng đúng.
けど、……。	Nhưng …
それも悪くないですけど……。	Như thế cũng không tệ nhưng …

> Đưa ra ý kiến riêng của mình trong khi thừa nhận rằng ý kiến của người khác cũng có mặt hợp lý.

ノーベル	Alfred Bernhard Nobel: Nhà khoa học Thụy Điển đã phát minh ra thuốc nổ. 1833–1896.
モーツァルト	Wolfgang Amadeus Mozart: Nhà soạn nhạc người Áo, tác giả của hơn 600 tác phẩm trong đó có tác phẩm 'The Marriage of Figaro'. 1756–1791.
首里城	Thành Shuri: Lâu đài trước đây của Vương quốc Ryukyu, ở Shuri, Okinawa.
雪祭り	Lễ hội tuyết: Lễ hội du lịch được tổ chức tại Sapporo, Hokkaido, nổi tiếng với tác phẩm điêu khắc tuyết khổng lồ và cây được chiếu sáng.
白川郷	Shirakawa-go: Ngôi làng miền núi trên thượng nguồn sông Sho ở tỉnh Gifu, nơi các đại gia đình có truyền thống sống với nhau trong những ngôi nhà lớn được xây dựng theo phong cách gassho-zukuri.

白神山地 しらかみさんち	Vùng núi Shirakami: Vùng núi nằm ở ranh giới giữa tỉnh Aomori và tỉnh Akita, với ngọn Shirakamidake nằm ở trung tâm. Có chứa một trong những khu rừng sồi nguyên sinh lớn nhất thế giới.
厳島神社 いつくしまじんじゃ	Đền Itsukushima: Ngôi đền đẹp ở Miyajima, tỉnh Hiroshima, với các dãy nhà được xây dựng trên biển. Nơi giàu tính lịch sử và nhiều bảo vật quốc gia.
屋久島 やくしま	Yakushima: Một hòn đảo thuộc quần đảo Osumi ở tỉnh Kagoshima, được bao phủ bởi rừng tuyết tùng Nhật Bản (Cryptomeria Japonica) nguyên sinh gọi là Yakusugi, với một số cây được cho là có tuổi đời vài ngàn năm tuổi.
知床 しれとこ	Shiretoko: Một bán đảo dài, hẹp trên mũi phía đông bắc của Hokkaido, nhô ra biển Okhotsk và có bờ biển là những vách đá.
原爆ドーム げんばく	Tòa nhà vòm còn lại sau thảm họa bom hạt nhân: Đài tưởng niệm Hòa bình Hiroshima (phần còn lại của một tòa nhà bị phá hủy khi quả bom nguyên tử được thả xuống Hiroshima ngày 06 tháng 8 năm 1945).
合掌造り がっしょうづくり	Gassho-zukuri: Phong cách nhà ở của người dân ở khu vực Hida, được xây dựng cho các đại gia đình sống bằng nghề trồng dâu nuôi tằm, với mái dốc để có thể chịu được các trận tuyết lớn.
江戸時代 えどじだい	Thời kỳ Edo: Giống như thời kỳ Tokugawa, với Mạc phủ đặt hành dinh ở Edo (Tokyo ngày nay). 1603–1867.
内ヶ嶋為氏 うちがしまためうじ	Uchigashima Tameuji: Chỉ huy quân sự thời kỳ Muromachi, người đã cho xây dựng thành Kaerikumo ở Shirakawa-go.
帰雲城 かえりくもじょう	Thành Kaerikumo: Được xây dựng bởi Uchigashima Tameuji ở Shirakawa-go, tỉnh Gifu, trong khoảng năm 1464. Bị phá hủy vào năm 1586 bởi trận động đất lớn Tensho.
織田信長 おだのぶなが	Oda Nobunaga: Chỉ huy quân sự trong thời đại Azuchi-Momoyama ở thời Sengoku (Chiến Quốc). 1534–1582.

Bài 12

演奏会	えんそうかい	buổi biểu diễn, biểu trình diễn
報告書	ほうこくしょ	bản báo cáo
あくび		ngáp
犯人	はんにん	kẻ tội phạm, hung thủ
追いかける	おいかける	đuổi theo
作業	さぎょう	công việc
スープ		súp
こぼす		làm đổ
シャッター		cửa cuốn
スプレー		bình xịt
落書きする	らくがきする	viết bậy, vẽ bậy
夜中	よなか	nửa đêm
日	ひ	ánh sáng mặt trời, ánh nắng, nắng
当たる［日が〜］	あたる［ひが〜］	[nắng] chiếu
暮らす	くらす	sống, sinh sống
書道	しょどう	thư pháp
蛍光灯	けいこうとう	bóng đèn huỳnh quang
メニュー		menu, thực đơn
バイク		xe máy
目覚まし時計	めざましどけい	đồng hồ báo thức
鳴る	なる	reng, đổ chuông
温暖［な］	おんだん［な］	ấm áp
家事	かじ	việc nhà
ぐっすり［〜眠る］	［〜ねむる］	[ngủ] say, ngon
迷惑	めいわく	phiền, phiền hà
かける［迷惑を〜］	［めいわくを〜］	gây [phiền hà]
風邪薬	かぜぐすり	thuốc cảm
乗り遅れる	のりおくれる	trễ (xe buýt, tàu, v.v.)
苦情	くじょう	lời than phiền, lời phàn nàn

遅く	おそく	trễ, muộn
［お］帰り	［お］かえり	về nhà
あまり		không ~ lắm
どうしても		kiểu gì cũng, thế nào cũng
自治会	じちかい	hội tự quản trong cộng đồng dân cư
役員	やくいん	ủy viên ban quản trị
ＤＶＤ	ディーブイディー	DVD
座談会	ざだんかい	tọa đàm bàn tròn
カルチャーショック		sốc văn hóa
受ける［ショックを～］	うける	bị [sốc]
それまで		cho đến khi đó, trước đây
騒々しい	そうぞうしい	ồn ào
アナウンス		phát thanh thông báo
分かれる［意見が～］	わかれる［いけんが～］	[ý kiến] chia rẽ
奥様	おくさま	bà nội trợ, bà vợ
おいでいただく		đến dự, góp mặt
苦労	くろう	khó khăn, vất vả
中略	ちゅうりゃく	lược, bỏ qua một vài đoạn
おかしな		buồn cười, kỳ lạ
サンダル		giày xăng đan
ピーピー		tiếng rít của ấm nước sôi
たまらない		không chịu được
都会	とかい	đô thị, thành thị
住宅地	じゅうたくち	khu dân cư
虫	むし	côn trùng
虫の音	むしのね	tiếng côn trùng
車内	しゃない	trong tàu
ホーム		sân ga
加える	くわえる	thêm vào
さっぱり［～ない］		hoàn toàn [không]

乗客	じょうきゃく	hành khách
安全性	あんぜんせい	sự an toàn
配慮する	はいりょする	chú ý đến, xét đến
含む	ふくむ	bao gồm
チャイム		tiếng chuông, tiếng còi báo
発車ベル	はっしゃベル	chuông báo tàu xuất phát
必ずしも［～ない］	かならずしも	chẳng hẳn, không hẳn
近所づきあい	きんじょづきあい	giao lưu với láng giềng
コマーシャル		quảng cáo thương mại

気がつきませんでした。　　　　Tôi đã không để ý.

どうしても……　　　　kiểu gì cũng, thế nào cũng

> Cách nói dùng khi bạn cảm thấy một điều gì đó là không tránh khỏi sau khi đã xem xét các hoàn cảnh.

それはわかりますけど、……　　　　Điều đó thì tôi hiểu, thế nhưng mà …

> Thể hiện rằng bạn hiểu cảm giác của người nói, nhưng với bạn nó vẫn là một vấn đề.

どちらかと言えば……　　　　Nhìn chung, xét tổng thể …

いい勉強になる　　　　học hỏi được nhiều

ハンガリー	Hungary
ブダペスト	Budapest
バンコク	Bangkok
宇都宮	Utsunomiya: Thủ phủ của tỉnh Tochigi, nằm ở trung tâm của tỉnh.
浦安	Urayasu: Thành phố vệ tinh của Tokyo, nằm ở vịnh Tokyo về phía tây bắc của thành phố Chiba, và là nơi có Tokyo Disney Resort.

Phần 2
Giải Thích Ngữ Pháp

Bài 1

1. 〜てもらえませんか・〜ていただけませんか
〜てもらえないでしょうか・〜ていただけないでしょうか

V thể て + { もらえませんか／いただけませんか
             もらえないでしょうか／いただけないでしょうか

「〜てもらえませんか・〜ていただけませんか」được dùng khi lịch sự nhờ người nghe làm giúp điều gì đó.

① ちょっとペンを貸してもらえませんか。

Anh/ chị có thể làm ơn cho tôi mượn cây bút một chút được không?

② コピー機の使い方を教えていただけませんか。

Anh/ chị có thể làm ơn chỉ cho tôi cách sử dụng máy photocopy được không?

Tham chiếu　「〜ていただけませんか（cách nói nhờ vả lịch sự）」:

いい先生を紹介していただけませんか。　　（☞『みんなの日本語初級Ⅱ』Bài 26）

「〜てもらえないでしょうか・〜ていただけないでしょうか」là cách nói tạo ấn tượng mềm mại, lịch sự hơn cách nói「〜てもらえませんか・〜ていただけませんか」.

③ すみません、子どもが寝ているので、もう少し静かにしてもらえないでしょうか。

Xin lỗi, cháu nhà tôi đang ngủ nên anh/ chị làm ơn yên lặng hơn một chút có được không ạ?

④ 申し訳ございませんが、子どもを預っていただけないでしょうか。

Xin lỗi, anh/ chị có thể trông cháu giúp tôi được không ạ?

2. 〜のようだ・〜のような〜・〜のように… (ví dụ, đưa ví dụ minh họa)

Nの + { ようだ
        ようなN
        ようにV／いA／なA }

「N₁はN₂のようだ」được dùng trong trường hợp ví đặc trưng của một danh từ (N₁) với một danh từ khác (N₂) (ví dụ).

① あの病院はホテルのようだ。　Bệnh viện đó giống như khách sạn.

② このお酒はジュースのようだ。　Rượu này như nước hoa quả.

Cũng có thể dùng hình thức 「N₂ のような N₁」 khi nói bổ ngữ cho danh từ.

③ 田中さんはホテルのような病院に入院している。

Anh Tanaka đang nằm điều trị ở một bệnh viện giống như khách sạn.

④ わたしはジュースのようなお酒しか飲まない。

Tôi chỉ uống loại rượu như nước hoa quả.

Ngoài ra, cũng có thể dùng hình thức 「N₁ は N₂ のように」 trước động từ hoặc tính từ.

⑤ 田中さんが入院している病院はホテルのようにきれいだ。

Bệnh viện mà anh Tanaka đang nằm điều trị đẹp như khách sạn.

⑥ このお酒はジュースのように甘い。　Rượu này vị ngọt như nước hoa quả.

Cũng dùng hình thức 「N₂ のような N₁」 khi đưa N₂ ra làm ví dụ để diễn đạt đặc trưng của N₁ (đưa ví dụ minh họa).

⑦ 夫は、カレーのような簡単な料理しか作れません。

Chồng tôi chỉ có thể nấu được món đơn giản như món cà ri.

⑧ 「アポ」のような外来語は、外国人にはとても難しい。

Những từ ngoại lai như "アポ" rất khó đối với người nước ngoài nói tiếng Nhật.

Tham chiếu　「…ようだ (phán đoán từ tình huống)」:

人が大勢集まっていますね。

…事故のようですね。パトカーと救急車が来ていますよ。

(☞ 『みんなの日本語初級 II』 Bài 47)

3. ～ことは／が／を

V thể nguyên dạng ＋ こと ＋ は／が／を

Dùng 「～こと」 để chuyển một động từ thành danh từ.

① 朝早く起きることは健康にいい。　Dậy sớm buổi sáng tốt cho sức khỏe.
② 田中さんは踊ることが好きです。　Anh Tanaka thích khiêu vũ.
③ 優勝することを目指しています。　Tôi đang hướng đến chiến thắng.

Tham chiếu　「V thể nguyên dạng ＋ ことができます／ことです」:

わたしはピアノを弾くことができます。

わたしの趣味は映画を見ることです。

(☞ 『みんなの日本語初級 I』 Bài 18)

4. ~を~と言う

N₁ を N₂ と言う

Được dùng để nói cách gọi tên (N₂) của một vật hoặc một sự kiện.

① １月１日を元日と言います。

　　Ngày mồng 1 tháng 1 gọi là "Ganjitsu" (Ngày đầu năm mới).

② 正月に神社やお寺に行くことを初詣でと言う。

　　Việc đi lễ ở đền thờ hoặc chùa vào dịp năm mới gọi là "Hatsumode".

5. ~という~

N₁ という N₂

Cách nói được dùng khi dẫn ra trong hội thoại hoặc câu văn tên (hoặc tiêu đề) của một sự vật hoặc một nhân vật (N₁) mà có thể người nghe không biết rõ. N₁ là danh từ riêng như tên người, v.v., trong khi đó N₂ là danh từ chung.

① 夏目漱石という小説家を知っていますか。

　　Anh/ chị có biết nhà văn tên là Natsume Soseki không?

② 昨日、「スター・ウォーズ」という映画を見ました。

　　Hôm qua, tôi đã xem phim có tiêu đề "Star Wars".

6. いつ／どこ／何／だれ／どんなに~ても

```
V thể て
いA  －い → くて
なA           + も
N     } + で
```

Cách nói này biểu thị rằng dù trong bất kỳ hoàn cảnh nào thì điều đó vẫn xảy ra. Dùng「ても」sau các từ「いつ」「どこ」「何」「だれ」「どんなに」, v.v.

① 世界中どこにいても家族のことを忘れません。

　　Dù ở đâu trên thế giới đi nữa thì tôi cũng không quên gia đình mình.

② 何度聞いても同じことしか教えてくれない。

　　Dù tôi có hỏi bao nhiêu lần đi nữa thì họ cũng chỉ trả lời một câu giống nhau.

③ だれが何と言っても考えを変えません。

　　Dù ai có nói gì đi nữa thì tôi cũng không thay đổi suy nghĩ của mình.

④ どんなに高くても買いたいです。

　　　Dù có đắt thế nào đi nữa thì tôi cũng muốn mua.

Trường hợp là danh từ thì sẽ là「どんな N でも」「どの N でも」「どんなに～ N でも」.

⑤ どんな人でも優しい心を持っているはずだ。

　　　Tôi tin rằng bất cứ ai cũng đều có trái tim nhân hậu.

⑥ 正月になると、どの神社でも人がいっぱいだ。

　　　Cứ đến tết thì bất cứ đền thờ nào cũng đông.

⑦ どんなに丈夫なかばんでも長く使えば、壊れてしまうこともある。

　　　Cặp nào cho dù có bền đến đâu thì dùng lâu cũng sẽ hỏng.

Tham chiếu 「～ても（điều kiện giả định ngược）」：いくら考えても、わかりません。

(☞『みんなの日本語初級Ⅰ』Bài 25)

話す・聞く

～じゃなくて、～

Dùng cách nói「N₁ じゃなくて、N₂」để phủ định N₁ và đưa ra N₂ thay thế.

① これはペンじゃなくて、チョコレートです。食べられますよ。

　　　Đây không phải là cây bút mà là sô cô la. Có thể ăn được đấy.

② 京都ではお寺を見ましょうか。

　　　…お寺じゃなくて、若い人が行くようなにぎやかなところに行きたいです。

　　　Chúng ta đi tham quan các chùa ở Kyoto nhé?

　　　Tôi muốn đi đến những nơi nhộn nhịp mà giới trẻ hay đi chứ không phải là chùa.

読む・書く

…のだ・…のではない

V		
いA	thể thông thường	
なA	thể thông thường	+ のだ / のではない
N	ーだ → な	

「…のです」được sử dụng như dưới đây, khi biểu thị phán đoán dựa trên kết quả phát sinh từ một lí do nào đó, hoặc dựa trên một căn cứ nào đó.

① 3時の飛行機に乗らなければなりません。それで、わたしは急いでいるのです。

　　　Tôi phải đi chuyến bay lúc 3 giờ. Vì vậy, tôi đang vội.

　　　（lí do ／ căn cứ）（だから／それで）（kết quả ／ phán đoán）

② 彼は日本に留学します。それで日本語を勉強しているのです。

　　　Anh ấy sẽ đi du học ở Nhật Bản. Vì vậy, anh ấy đang học tiếng Nhật

「…のではない」được dùng để phủ định tất cả trừ phần cuối câu. Ví dụ, ở ví dụ ③ phần 「一人で」bị phủ định.

③ このレポートは一人で書いたのではありません。

　　　Tôi đã không viết báo cáo này một mình.

　　　cf. ×このレポートは一人で書きませんでした。

何人も、何回も、何枚も…

Cách nói「何 ＋ 助数詞（人、回、枚…）＋ も」biểu thị số lượng nhiều.

① マンションの前にパトカーが何台も止まっています。

　　　Ở trước khu chung cư có rất nhiều xe cảnh sát đang đỗ.

Bài 2

1. (1) (2) ～たら、～た

V たら、{V・A} た

(1) Mẫu「X たら、Y た」biểu thị rằng Y là kết quả của hành động X.

① 薬を飲んだら、元気になりました。　Sau khi uống thuốc, tôi thấy khỏe hơn.

② カーテンを変えたら、部屋が明るくなった。

　　Sau khi tôi thay rèm cửa, căn phòng trở nên sáng hơn.

(2) Mẫu câu này cũng biểu thị ý nghĩa Y được phát hiện như là kết quả của hành động X.

③ 家に帰ったら、猫がいなかった。

　　Khi về đến nhà, tôi đã phát hiện con mèo không ở đó.

④ かばんを開けたら、財布がなくなっていた。

　　Khi mở cặp ra, tôi phát hiện cái ví đã bị mất.

⑤ 50年前の古いお酒を飲んでみたら、おいしかった。

　　Khi uống thử loại rượu cổ từ 50 năm trước, tôi thấy nó rất ngon.

Mẫu「X と、Y た」cũng có thể biểu thị ý nghĩa như ở (1) (2).

⑥ 薬を飲むと、元気になりました。　Sau khi uống thuốc, tôi thấy khỏe hơn.

⑦ 家に帰ると、猫がいなかった。

　　Khi về đến nhà, tôi đã phát hiện con mèo không ở đó.

Tham chiếu 「～たら（giả định）」：お金があったら、旅行します。

「～たら（hoàn thành）」：10時になったら、出かけましょう。

(☞『みんなの日本語初級Ⅰ』Bài 25)

2. ～というのは～のことだ・～というのは…ということだ

N というのは { N の / câu (thể thông thường) という } + ことだ

「X というのは～のことだ」và「X というのは…ということだ」là những mẫu câu được sử dụng khi giải thích ý nghĩa của một từ (X).

① 3K というのは汚い、きつい、危険な仕事のことだ。

　　"3K" có nghĩa là một công việc bẩn thỉu, vất vả, và nguy hiểm.

② PC というのはパソコンのことです。　"PC" có nghĩa là "máy tính cá nhân".

③ 禁煙というのはたばこを吸ってはいけないということです。

"禁煙" có nghĩa là không được hút thuốc lá.

④ 駐車違反というのは車を止めてはいけない場所に車を止めたということです。

"駐車違反" có nghĩa là bạn đã đỗ xe ở chỗ cấm đỗ.

3. …という～

Câu (thể thông thường) + という N (danh từ biểu thị lời nói hoặc suy nghĩ)

Mẫu 「…という～」 được dùng khi đề cập đến chi tiết nội dung của các danh từ biểu thị lời nói hoặc suy nghĩ, như 「話、うわさ、考え、意見、意志、批判、ニュース」 ("câu chuyện", "tin đồn", "suy nghĩ", "ý kiến", "ý chí", "phê bình", "tin tức", v.v.).

① 昔ここは海だったという話を知っていますか。

Anh/ chị có biết chuyện rằng vùng này ngày xưa là biển không?

② 田中さんがもうすぐ会社を辞めるといううわさを聞きました。

Tôi đã nghe tin đồn rằng anh Tanaka sắp nghỉ việc ở công ty.

③ カリナさんは、研究室は禁煙にしたほうがいいという意見を持っている。

Chị Karina là người đưa ra ý kiến rằng nên cấm hút thuốc ở phòng nghiên cứu.

4. …ように言う／注意する／伝える／頼む

V thể nguyên dạng
V thể ない −ない } ように + V (言う、注意する、伝える、頼む)

(nói, nhắc nhở, nhắn, yêu cầu)

Cách nói này được sử dụng khi truyền đạt lại một cách gián tiếp nội dung của chỉ thị hoặc yêu cầu. Khi truyền đạt trực tiếp nội dung của chỉ thị hoặc yêu cầu thì câu sẽ có hình thức là 「～なさい」,「～てはいけません」 hoặc 「～てください」.

① 学生に図書館で物を食べないように注意しました。

Tôi đã nhắc nhở sinh viên không ăn ở trong thư viện.

→ 学生に「図書館で物を食べてはいけません」と注意しました。

Tôi đã nhắc nhở sinh viên rằng "Các bạn không được ăn ở trong thư viện".

② この仕事を今日中にやるように頼まれました。

Tôi được yêu cầu phải hoàn thành công việc này trong ngày hôm nay.

→ 「この仕事を今日中にやってください」と頼まれました。

Tôi được yêu cầu rằng "Hãy hoàn thành công việc này trong ngày hôm nay".

③ 子どもたちに早く寝るように言いました。　Tôi đã bảo bọn trẻ đi ngủ sớm.
　→ 子どもたちに「早く寝なさい」と言いました。

　　　　Tôi đã bảo bọn trẻ rằng "Các con đi ngủ sớm đi".

Chú ý rằng ～なさい là biểu hiện chỉ thị hoặc mệnh lệnh. Nó chỉ được sử dụng hạn chế trong một vài ngữ cảnh nhất định, như khi bố mẹ nói với con cái, v.v.. Nó cũng được sử dụng trong câu chỉ thị của bài thi.

5. ～みたいだ・～みたいな～・～みたいに… (tỷ dụ, đưa ví dụ minh họa)

N ｛ みたいだ
　　みたいな N
　　みたいに V ／ い A ／ な A

「～ようだ」và「～みたいだ」không khác nhau về nghĩa, nhưng「～みたいだ」được sử dụng trong câu văn ít trang trọng hơn.

① わあ、このお酒、ジュースみたいだね。　Ồ, rượu này có vị như nước hoa quả nhỉ.
② わたしはジュースみたいなお酒しか飲まない。

　　　　Tôi chỉ uống loại rượu có vị ngọt như nước hoa quả thôi.
③ このお酒はジュースみたいに甘いよ。　Loại rượu này ngọt như nước hoa quả đấy.
④ 夫は、カレーみたいな簡単な料理しか作れません。

　　　　Chồng tôi chỉ có thể nấu được món đơn giản như cà ri.

Tham chiếu 「～のようだ・～のような～・～のように…」：
　　　あの病院はホテルのようだ。　　　　　　　　　　(☞『みんなの日本語中級Ⅰ』Bài 1)

話す・聞く

～ところ

Có nghĩa như「～とき」nhưng chỉ được sử dụng giới hạn trong những ngữ cảnh lịch sự với các từ nhất định như「お忙しいところ」(Trong lúc bận rộn)「お休みのところ」(Trong lúc nghỉ ngơi)「お急ぎのところ」(Trong lúc gấp gáp)「お疲れのところ」(Trong lúc mệt mỏi). Được sử dụng khi nhờ vả ai cái gì, hay khi nói cám ơn ai việc gì.

① お忙しいところ、すみません。ちょっとお願いがあるんですが。

　　　　Xin lỗi làm phiền anh/ chị trong lúc bận rộn, nhưng tôi có việc muốn nhờ.
② お休みのところ、手伝ってくださって、ありがとうございました。

　　　　Cám ơn anh/ chị trong lúc nghỉ ngơi đã bỏ thời gian giúp đỡ tôi.

Bài 3

1. ～（さ）せてもらえませんか・～（さ）せていただけませんか
～（さ）せてもらえないでしょうか・～（さ）せていただけないでしょうか

V（さ）せて ＋ { もらえませんか／いただけませんか
              もらえないでしょうか／いただけないでしょうか

Là mẫu câu dùng khi người nói xin phép người nghe để làm việc gì đó.

① すみません。このパンフレットをコピーさせてもらえませんか。

　　Xin lỗi, tôi có thể phô tô tờ quảng cáo này được không?

② 月曜日の店長会議で報告させていただけませんか。

　　Tôi có thể báo cáo tại cuộc họp các cửa hàng trưởng hôm thứ hai không?

③ 一度、工場を見学させていただけないでしょうか。

　　Không biết các anh có thể cho phép chúng tôi được tham quan nhà máy một lần không?

「～させていただけませんか」 lịch sự hơn 「～させてもらえませんか」 và 「～させていただけないでしょうか」 lịch sự hơn 「～させていただけませんか」.

Tham chiếu 「～させていただけませんか（cách nói nhờ vả lịch sự）」：しばらくここに車を止めさせていただけませんか。

(☞ 『みんなの日本語初級Ⅱ』Bài 48)

2. (1) …ことにする

V thể nguyên dạng
V thể ない　－ない   ＋ ことにする

Mẫu 「V する／V しないことにする」 được dùng để biểu thị quyết định làm hoặc không làm việc gì.

① 来年結婚することにしました。　Chúng tôi đã quyết định là sẽ cưới vào năm sau.
② 今晩は外で食事をすることにしよう。　Tôi quyết định tối nay ăn tiệm.

2. (2) …ことにしている

V thể nguyên dạng
V thể ない　－ない   ＋ ことにしている

Mẫu 「V する／V しないことにしている」 biểu thị một thói quen, quy tắc được duy trì liên tục từ lâu.

① 毎週日曜日の夜は外で食事をすることにしている。

　　Chúng tôi đề ra quy tắc là đi ăn tiệm vào tối chủ nhật hàng tuần.

② ダイエットしているので、お菓子を食べないことにしている。

　　Vì tôi đang ăn kiêng nên tôi (quyết định) không ăn bánh kẹo.

3. (1) …ことになる

V thể nguyên dạng
V thể ない　ーない ＋ ことになる

Mẫu「Vする／Vしないことになる」biểu thị ý nghĩa là được/ bị quyết định làm hay không làm gì. Nếu như「ことにする」thể hiện rằng việc đó là do bản thân quyết định, thì「ことになる」lại thể hiện rằng việc đó được quyết định không phải do ý chí của bản thân.

① 来月アメリカへ出張することになりました。

　　Tháng sau tôi (được quyết định) đi công tác ở Mỹ.

② 中国へは田中さんが行くことになるでしょう。

　　Có lẽ anh Tanaka sẽ được cử đi Trung Quốc.

Tuy nhiên, trong thực tế, cũng có trường hợp cho dù việc đó là do bản thân mình quyết định nhưng để tránh thể hiện ý chí của mình ra bên ngoài người nói cũng dùng「ことになる」.

③ 部長、実は、今年の秋に結婚することになりました。結婚式に出席していただけないでしょうか。

　　Trưởng phòng ơi, vào mùa thu năm nay tôi sẽ lập gia đình, không biết anh có thể bớt chút thời gian đến dự lễ cưới của tôi được không ạ?

3. (2) …ことになっている

V thể nguyên dạng
V thể ない　ーない ＋ ことになっている

Mẫu「Vする／Vしないことになっている」biểu thị rằng việc gì đó đã được lên kế hoạch hoặc đã thành quy tắc.

① あしたの朝9時から試験を行うことになっています。

　　Cuộc thử nghiệm được (lên kế hoạch) tiến hành vào 9 giờ sáng ngày mai.

② うちでは夜9時以降はテレビをつけないことになっている。

　　Ở gia đình chúng tôi, từ sau 9 giờ tối là không được bật ti vi.

4. ～てほしい・～ないでほしい

V thể て
V thể ない －ないで } + ほしい

(1) Mẫu「N に V てほしい」biểu thị ý nghĩa mong muốn ai đó (N) sẽ làm việc gì (V).

① わたしは息子に優しい人になってほしいです。

　　Tôi muốn con trai tôi sẽ trở thành người tốt bụng.

Khi đã rõ N là ai thì N có thể được lược bỏ.

② このごろ自転車を利用する人が多いが、規則を守って乗ってほしい。

　　Độ này có nhiều người sử dụng xe đạp và tôi muốn họ tuân thủ luật lệ khi đi xe.

Trường hợp muốn N không làm V thì cách nói phủ định「V ないでほしい」được sử dụng.

③ こんなところにごみを捨てないでほしい。

　　Tôi muốn mọi người không xả rác tại những nơi như thế này.

Vì đây là cách nói thể hiện yêu cầu hoặc chỉ thị đối với hành vi của người khác và nếu chỉ dùng như vậy sẽ tạo cảm giác quá gay gắt, nên nó thường được dùng cùng「のですが／んですが」để tạo sắc thái nhẹ nhàng hơn.

④ すみません、ちょっと手伝ってほしいんですが。

　　Xin lỗi, tôi muốn nhờ anh/ chị giúp tôi một lúc.

(2) Mẫu này có thể dùng với đối tượng không phải là con người, và trong trường hợp đó thì「N が」được dùng thay cho「N に」.

⑤ 早く春が来てほしい。　　Tôi muốn mùa xuân đến sớm.

⑥ あしたは雨が降らないでほしい。　　Tôi mong ngày mai trời không mưa.

5. (1) ～そうな～・～そうに…

thể V ます
い A －い
な A } + { そうな N
そうに V }

Mẫu「V ます形そうだ」đi cùng động từ có nghĩa khác với mẫu「A そうだ」đi cùng tính từ. Mẫu「V そうだ」biểu thị người nói dự đoán rằng V có khả năng xảy ra cao, hoặc biểu thị dấu hiệu V sẽ xảy ra.

① ミラーさん、シャツのボタンが取れそうですよ。

　　Anh Miller ơi, cúc áo sơ mi của anh có vẻ sắp đứt ra rồi đấy.

② 雨が降りそうなときは、洗濯しません。

　　Khi trời có vẻ mưa, tôi không giặt áo quần.

Mẫu 「A そうだ」 biểu thị rằng nhìn bề ngoài của ai đó/ vật gì đó có vẻ A.

③ ワンさんの隣にいる学生はまじめそうですね。

　　Cậu sinh viên bên cạnh anh Wong trông có vẻ nghiêm túc nhỉ.

④ このケーキはおいしそうですね。　Chiếc bánh này trông có vẻ ngon nhỉ.

⑤ 子どもたちが楽しそうに遊んでいます。　Bọn trẻ chơi đùa có vẻ vui.

Mẫu 「V そうだ」 (biểu thị dấu hiệu, hoặc dự đoán) và mẫu 「A そうだ」 (biểu thị phán đoán qua vẻ bề ngoài) khi bổ nghĩa cho danh từ sẽ chuyển thành 「そうな N」. Và khi bổ nghĩa cho động từ sẽ chuyển thành 「そうに V」.

⑥ 雨が降りそうなときは、洗濯しません。

　　Khi trời có vẻ mưa, tôi không giặt áo quần.

⑦ おいしそうなケーキがありますね。　Có chiếc bánh có vẻ ngon nhỉ.

⑧ 子どもたちが楽しそうに遊んでいます。　Bọn trẻ chơi có vẻ vui.

Tham chiếu 「～そうだ（dự đoán, vẻ ngoài）」:

　　今にも雨が降りそうです。

　　この料理は辛そうです。

　　ミラーさんはうれしそうです。

(☞ 『みんなの日本語初級II』Bài 43)

5.（2） ～なさそう

いA　　　-い → く
なA　　　-だ → では　　＋なさそう
N　　　　　　　（じゃ）

Hình thức phủ định của 「A そうだ」. Biểu thị ý nghĩa bề ngoài của đối tượng được đề cập tới có vẻ không A, hoặc không được xem là A.

① あの映画はあまりおもしろくなさそうですね。

　　Bộ phim đó có vẻ không hay lắm nhỉ.

② この機械はそんなに複雑じゃ（では）なさそうです。

　　Cái máy này có vẻ không phức tạp lắm.

③ 彼は学生ではなさそうです。

　　Cậu ấy có vẻ không phải là một sinh viên.

5. (3) 〜そうもない

thể V ます + そうもない

Hình thức phủ định của 「V そうだ」, biểu thị dự đoán V sẽ khó xảy ra.

① 今日は仕事がたくさんあるので、5時に帰れそうもありません。

   Hôm nay có nhiều việc nên khó mà về được lúc 5 giờ.

② この雨はまだやみそうもないですね。

   Cơn mưa này chẳng có vẻ gì là sẽ tạnh cả nhỉ.

話す・聞く

〜たあと、…

V たあと、…

Mẫu 「V たあと、…」biểu thị rằng nối tiếp sau V là trạng thái hoặc sự việc 「…」 diễn ra.

① じゃ、来週の月曜日会議が終わった｛あと／あとで｝、お会いしましょうか。

   Được rồi, chúng ta sẽ gặp nhau vào ngày thứ hai tuần tới sau khi cuộc họp kết thúc nhé?

Khi 「…」 chứa những từ như 「いる」 hoặc 「ある」, v.v. thì 「あとで」 trở nên khó dùng.

② 日曜日は朝食を食べた｛○あと／×あとで｝、どこへも行かず家でテレビを見ていました。

   Hôm chủ nhật sau khi ăn sáng, chúng tôi đã không đi đâu cả mà ở nhà xem ti vi.

③ 授業が終わった｛○あと／×あとで｝、学生が2、3人まだ教室に残っていました。

   Sau khi giờ học kết thúc, vẫn còn 2, 3 sinh viên ở lại trong lớp học.

Bài 4

1. **…ということだ (truyền đạt lại)**

    Câu (thể thông thường) + ということだ

    (1) Mẫu 「X ということだ」 là cách nói truyền đạt lại giống như 「X そうだ」, được sử dụng khi truyền đạt lại nội dung X do ai đó nói hoặc do đối tượng nói chung nói.

    ① 山田さんから電話があったのですが、約束の時間に少し遅れるということです。

    Có điện thoại từ anh Yamada và anh ấy nói là sẽ đến trễ một chút so với giờ hẹn.

    ② 近くにいた人の話によると、トラックから急に荷物が落ちたということです。

    Theo những người có mặt gần đó thì hàng hóa đã bất ngờ rơi xuống khỏi xe tải.

    Ngoài ra còn có hình thức 「とのことです」 nhưng hình thức này cứng hơn và thường được dùng trong văn viết.

    ③ （手紙文）先日、ワンさんに会いました。ワンさんから先生によろしくとのことです。

    (Câu văn trong thư) Hôm vừa rồi tôi có gặp anh Wong. Anh ấy nhờ tôi gửi lời hỏi thăm đến thầy.

    (2) Mẫu 「X ということですね」 được sử dụng khi lặp lại nội dung nghe từ đối phương để xác nhận nó.

    ④ A：部長に30分ほど遅れると伝えてください。

    Chị hãy nói lại với trưởng phòng là tôi đến muộn khoảng 30 phút.

    B：はい、わかりました。30分ほど遅れるということですね。

    Vâng, tôi rõ rồi. Anh sẽ đến muộn khoảng 30 phút đúng không?

2. **…の・…の？**

    Câu (thể thông thường) + { の / の？ }

    Đây là cách nói bỗ bã, không trang trọng của 「…のですか」, được sử dụng trong hội thoại với người thân thiết.

    ① どこへ行くの？　Anh/ chị đi đâu đấy?

    …ちょっと郵便局へ。　Tôi ra bưu điện tí.

    ② 元気がないね。先生にしかられたの？　Trông cậu mệt mỏi thế. Bị thầy mắng à?

    …うん。　Ừ.

③ どうしたの？　Con sao thế?

　…お母さんがいないの。　Không có mẹ ở đây với con.

> [Tham chiếu] 「…のです／んです」là cách nói nhấn mạnh sự giải thích nguyên nhân, lí do, căn cứ, v.v..「…んです」là cách nói sử dụng trong hội thoại, còn「…のです」là cách nói dùng trong văn viết.　　　　　　　　　　(☞『みんなの日本語初級Ⅱ』Bài 26)

3. 〜ちゃう・〜とく・〜てる

〈Cách tạo hình thức này〉

Vてしまう　→　Vちゃう

Vておく　→　Vとく

Vている　→　Vてる

(1)「〜てしまう」được dùng thành「〜ちゃう」trong ngôn ngữ nói.
　① 行ってしまいます → 行っちゃいます
　② 読んでしまった → 読んじゃった
　③ 見てしまった → 見ちゃった

(2)「〜ておく」được dùng thành「〜とく」trong ngôn ngữ nói.
　④ 見ておきます → 見ときます
　⑤ 作っておこう → 作っとこう
　⑥ 読んでおいてください → 読んどいてください

(3)「〜ている」được dùng thành「〜てる」trong ngôn ngữ nói.
　⑦ 走っている → 走ってる
　⑧ 読んでいる → 読んでる
　⑨ 見ていない → 見てない

4. 〜（さ）せられる・〜される（sai khiến bị động）

〈Cách tạo hình thức này〉

VⅠ：V thể ない ＋ せられる／される

VⅡ：V thể ない ＋ させられる

VⅢ：する → させられる

　　＊来る → 来させられる

(1) Đây là cách nói kết hợp giữa sai khiến và bị động.

① 太郎君は掃除をしました。　Taro đã làm vệ sinh.

→ 先生は太郎君に掃除をさせました。(câu sai khiến)

Thầy giáo bắt Taro làm vệ sinh.

→ 太郎君は先生に掃除をさせられました。(câu sai khiến bị động)

Taro bị thầy giáo bắt làm vệ sinh.

(2) Như vậy, câu sai khiến bị động sẽ có mẫu câu cơ bản là 「N₁ は N₂ に V させられる」 nhưng đôi khi 「N₂ に」 không được chỉ rõ. Tuy vậy, trong cả hai trường hợp đều có nghĩa N₁ phải làm V theo chỉ thị của người khác chứ không phải do ý chí của mình.

② 昨日の忘年会ではカラオケを｛歌わせられた／歌わされた｝。

Tôi bị bắt hát một bài hát karaoke ở tiệc cuối năm hôm qua.

③ この会議では毎月新しい問題について研究したことを発表させられます。

Ở hội nghị này, hàng tháng chúng tôi được yêu cầu phát biểu về nội dung nghiên cứu về vấn đề mới.

5. ～である (thể văn である)

N
なA ｝ + である

～ている + のである

Là thể văn có nghĩa giống với 「～だ」 nhưng trang trọng hơn. Thường được dùng trong văn viết, đặc biệt là các bài phân tích, v.v.

① 失敗は成功の母である。　Thất bại là mẹ thành công.

② このような事件を起こしたことは非常に残念である。

Để xảy ra những vụ việc như thế này thật là đáng tiếc.

③ ここは去年まで山であった。

Vùng này cho đến năm ngoái vẫn là vùng rừng núi.

Ở thể văn 「である」 thì 「～のだ」 sẽ trở thành 「～のである」.

④ 世界中の人々が地球の平和を願っているのである。

Người dân trên khắp toàn cầu đều cầu mong hòa bình cho thế giới.

6. ～ます、～ます、… ・ ～くて、～くて、… (hình thức kết lửng)

〈Cách tạo hình thức này〉

V ：thể V ます －ます（います → おり）

いA：いA －い → く

なA：なA －で

N ：N －で

(1) Hình thức kết lửng của động từ (giống hình thức của thể ます) được dùng trong mẫu 「V₁ (thể ます)、V₂」 nhằm biểu thị chuỗi sự việc diễn ra liên tiếp hoặc đồng thời nhau giống như mẫu 「V₁ (thể て)、V₂」.

① 朝起きたら、まず顔を洗い、コーヒーを飲み、新聞を読みます。
Buổi sáng sau khi thức dậy, tôi rửa mặt trước, sau đó uống cà phê và đọc báo.

② 彼とは学生時代、よく遊び、よく話し、よく飲んだ。
Tôi thường đi chơi, nói chuyện, và đi uống với cậu ấy hồi chúng tôi học cùng ở trường đại học.

(2) Hình thức kết lửng của 「いる」 là 「おり」.

③ 兄は東京におり、姉は大阪にいます。
Anh trai tôi ở Tokyo và chị gái tôi ở Osaka.

(3) Hình thức kết lửng của tính từ hay danh từ biểu thị sự sắp đặt ngang hàng các ý nghĩa được biểu hiện ở mỗi từ.

④ マリアさんは、優しく、頭がよく、すばらしい女性だ。
Chị Maria là một người phụ nữ hiền lành, giỏi giang, tuyệt vời.

7. (1) ～（た）がる

thể V ます ＋ たがる

いA －い ＼
なA   ＞ ＋ がる
         ／

Hình thức 「N が～（た）がる」 được dùng sau các tính từ chỉ cảm xúc để biểu thị ý nghĩa rằng cảm xúc của N (ai đó ở ngôi thứ 3) đang hiện ra trên vẻ mặt hoặc hành động. Trường hợp biểu thị N muốn điều gì đó (「～たい」) thì sẽ dùng hình thức 「～たがる」.

① 太郎君は友達のおもちゃを欲しがる。　Taro ao ước những đồ chơi của bạn nó.

② このチームが負けると、息子はすごく悔しがる。
Con trai tôi sẽ rất thất vọng nếu đội này thua.

③　このごろの若者は、難しい本を読みたがらない。

　　Giới trẻ bây giờ không muốn đọc những cuốn sách khó.

7. (2) ～（た）がっている

thể V ます　＋ たがっている

いA －い
なA　　＋ がっている

Hình thức「～（た）がる」biểu thị rằng ai đó thường sẽ có khuynh hướng thể hiện như vậy để bày tỏ cảm xúc hay mong muốn. Trường hợp ở thời điểm hiện tại người đó đang thể hiện như vậy thì sẽ dùng hình thức「～（た）がっている」.

① 太郎君は友達のおもちゃを欲しがっている。

　　Taro đang ao ước những đồ chơi của bạn nó.

② 好きなチームが負けて、息子はすごく悔しがっている。

　　Con trai tôi đang rất thất vọng vì đội mà nó thích đã thua.

8. …こと・…ということ

Câu (thể thông thường) ＋ [という] こと ＋ trợ từ cách

なA ＋ なこと／であること

(1) Đối với một câu có trợ từ cách, v.v. thì hình thức「…こと ＋ trợ từ cách」là hình thức ngữ pháp được dùng để danh từ hóa câu đó (biến câu đó thành ngữ có chức năng như danh từ). Trước「…こと」là câu ở thể thông thường.

① 田中さんが結婚したことを知っていますか。

　　Anh/ chị có biết là anh Tanaka đã lấy vợ không?

② これは田中さんの辞書ではないことがわかりました。

　　Tôi đã biết rằng đây không phải là cuốn từ điển của anh Tanaka.

Trường hợp câu kết thúc bởi tính từ đuôi な thì hình thức「なA ＋ なこと」hoặc「なA ＋ であること」sẽ được sử dụng.

③ 世界中でこの漫画が有名 |な／である| ことを知っていますか。

　　Anh/ chị có biết là truyện tranh này nổi tiếng trên toàn thế giới không?

(2) Trường hợp câu dài và phức tạp, để tóm gọn lại và danh từ hóa câu đó thì trước「こと」cần thiết phải có「という」. Trong trường hợp đó,「～ということ」được thêm vào sau câu ở thể thông thường.

④ 二十歳になればだれでも結婚できるということを知っていますか？

Anh/ chị có biết là cứ đủ 20 tuổi thì ai cũng có thể kết hôn không?

⑤ 日本に来てから、家族はとても大切｛だ／である｝ということに初めて気がついた。

Chỉ sau khi đến Nhật tôi mới nhận ra rằng gia đình là rất quan trọng.

⑥ この辺りは昔、海｛だった／であった｝ということは、あまり知られていない。

Chuyện khu vực này ngày xưa là biển không được biết đến nhiều.

Tham chiếu　「こと」：朝早く起きることは健康にいい。　(☞『みんなの日本語中級Ⅰ』Bài 1)

東京へ行っても、大阪のことを忘れないでくださいね。

(☞『みんなの日本語初級Ⅰ』Bài 25)

4

話す・聞く

～の～ （đồng cách）

Biểu thị rằng N₁ và N₂ là như nhau. N₁ là danh từ biểu thị thuộc tính của N₂, giải thích rõ về N₂. Cũng có thể dùng mẫu「N₁ である N₂」để thay thế.

① 部長の田中をご紹介します。

Tôi muốn giới thiệu ông Tanaka, trưởng phòng của chúng tôi.

② あさっての金曜日はご都合いかがですか。

Ngày kia, ngày thứ sáu anh/ chị có rỗi không?

～ましたら、…・～まして、…

V (thể lịch sự) ＋ ｛たら・て｝、…

「たら」và thể て có thể trở thành thể lịch sự.

① 会議が終わりましたら、こちらからお電話させていただきます。

Khi cuộc họp kết thúc, tôi sẽ gọi cho ông.

② 本日は遠くから来てくださいまして、ありがとうございました。

Xin cám ơn ông đã cất công từ xa đến đây hôm nay.

Bài 5

1. (1) あ～・そ～ (chỉ định quy chiếu theo mạch văn (văn nói))

Những chỉ định từ như 「あ～」,「そ～」, v.v. ngoài cách dùng để chỉ vật hiện hữu trong thực tế, còn có cách dùng để chỉ các đối tượng xuất hiện trong hội thoại hoặc câu văn. Trong hội thoại, đối với những đối tượng mà cả người nói lẫn người nghe đều trực tiếp biết thì sẽ dùng 「あ（あれ、あの、あそこ…）」để chỉ. Còn đối với những đối tượng mà người nói biết nhưng người nghe không biết, hoặc những đối tượng mà người nghe biết nhưng người nói không biết thì dùng 「そ（それ、その、そこ）」để chỉ.

① さっき、山本さんに会ったよ。　Lúc nãy tôi đã gặp anh Yamamoto đấy.

…え、あの人、今日本にいるんですか。　Ồ thế à? Anh ấy bây giờ đang ở Nhật hả?

② さっき、図書館でマリアさんという人に会ったんだけどね。その人、この学校で日本語を勉強したんだって。

Vừa nãy tôi đã gặp một người tên là Maria ở thư viện. Cô ấy nói là đã học tiếng Nhật ở trường này.

…そうですか。その人は何歳ぐらいですか。　Thế à? Cô ấy bao nhiêu tuổi?

1. (2) そ～ (chỉ định quy chiếu theo mạch văn (văn viết))

Ở trong văn bản (văn viết) 「そ（それ、その、そこ…）」được dùng để chỉ đối tượng (nội dung) đã xuất hiện ở câu văn trước.

① 会社を出たあと、駅のレストランで夕食を食べました。そのとき、財布を落としたんだと思います。

Sau khi rời khỏi công ty, tôi đã ăn tối ở một nhà hàng trong ga. Tôi nghĩ tôi đã đánh rơi ví lúc đó.

② イギリスの人気小説が日本語に翻訳されました。それが今年日本でベストセラーになりました。

Cuốn tiểu thuyết được yêu thích của Anh đã được dịch ra tiếng Nhật. Năm nay nó đã trở thành cuốn sách bán chạy nhất ở Nhật Bản.

2. …んじゃない？

```
V        ┐
いA       ├ thể thông thường  ┐
なA       ├ thể thông thường  ├ + [んじゃないですか]／んじゃない？
N        ┘ －だ → な          ┘
```

「…んじゃないですか」là hình thức không trang trọng của「…のではありませんか」. Nó được sử dụng để bày tỏ suy nghĩ của người nói trong tình huống hội thoại không trang trọng.

① 元気がないですね。何か困っていることがあるんじゃないですか。

   Nhìn anh có vẻ không được khỏe. Anh đang có điều gì khó khăn à?

   …ええ、実は……。   Vâng, thực ra là ...

Cách nói「んじゃないですか」khi sử dụng với những người có quan hệ thân thiết, gần gũi thì nó còn được rút ngắn thành「んじゃない」. Còn ở trong hội thoại trang trọng, lịch sự thì ngược lại nó được nói dài thành「のではないでしょうか」.

② タワポンさん、少し太ったんじゃない。   Anh Thawaphon này, anh hơi béo lên à?

   …わかりますか。   Chị nhận ra ạ?

3. ～たところに／で

V (động từ chỉ sự dịch chuyển) thể た + ところ

Các động từ chỉ sự dịch chuyển như「行く、渡る、曲がる、出る」(đi, sang, rẽ, ra khỏi, v.v) được dùng trong mẫu「V（thể た）+ところ」để biểu thị điểm đến sau khi hành động dịch chuyển đó xảy ra.

① あの信号を左へ曲がったところに、郵便局があります。

   Ngay chỗ anh/ chị rẽ trái ở cột đèn tín hiệu đằng kia có một cái bưu điện.

② 改札を出て、階段を上ったところで、待っていてください。

   Anh/ chị hãy ra khỏi cửa soát vé, lên cầu thang và chờ ở chỗ đó.

4. (1)(2) ～（よ）う (thể ý định) とする／しない

V（よ）う + とする／しない

(1) Mẫu「V（よ）う (thể ý định) とする／しない」biểu thị một tình huống xảy ra ngay trước khi làm V. Do đó,「Vする」chưa thực hiện. Cách nói này thường được dùng với「～とき」「～たら」, v.v.

① 家を出ようとしたとき、電話がかかってきた。

　　Lúc tôi chuẩn bị ra khỏi nhà thì có điện thoại gọi đến.

② 雨がやんだので、桜を撮ろうとしたら、カメラの電池が切れてしまった。

　　Lúc trời tạnh mưa, tôi định chụp ảnh hoa anh đào thì máy ảnh lại hết pin.

(2) Ngoài ra, cách nói này còn biểu thị sự nỗ lực để thực hiện V.

③ 父は健康のためにたばこをやめようとしています。

　　Bố tôi đang cố bỏ thuốc để đảm bảo sức khỏe.

④ あの日のことは、忘れようとしても忘れることができません。

　　Việc hôm đó, dù tôi có muốn quên cũng không thể quên được.

(3) 「V（thể ý định）としない」biểu thị việc ai đó không có ý định làm V. Thường dùng để nói về việc của người khác chứ không phải là của mình.

⑤ 妻は紅茶が好きで、お茶やコーヒーを飲もうとしない。

　　Vợ tôi thích trà đen, và cô ấy chẳng hề muốn uống trà xanh, cà phê hay bất thứ gì khác.

⑥ 人の話を聞こうとしない人は、いつまでたっても自分の考えを変えることができません。

　　Những người không muốn lắng nghe những gì người khác nói là những người sẽ chẳng bao giờ có thể thay đổi được suy nghĩ của bản thân.

5. …のだろうか

V
いA ｝ thể thông thường
なA ｝ thể thông thường
N 　　－だ → な
｝ + のだろうか

Mẫu 「X のだろうか」được dùng khi tự hỏi bản thân liệu X có đúng hay không. Nó còn được dùng với các nghi vấn từ như 「どう」,「何」,「いつ」, v.v. để tự vấn.

① この店ではクレジットカードが使えるのだろうか。

　　Không biết là ở cửa hàng này có thể thanh toán được bằng thẻ tín dụng không nữa.

② 大学院に入るためには、どうすればいいのだろうか。

　　Phải làm sao để có thể đỗ vào cao học đây nhỉ?

Mẫu này cũng có thể dùng để đặt câu hỏi đối với ai đó, nhưng so với cách hỏi 「X のですか」thì 「X のでしょうか」là cách hỏi mềm mại hơn, không quá đòi hỏi ở câu trả lời.

③　すみません。この店ではクレジットカードが使えるのでしょうか。

　　　Xin lỗi, ở cửa hàng này có thanh toán được bằng thẻ tín dụng không?

Với hình thức không có nghi vấn từ thì 「X のだろうか」 còn được dùng trong trường hợp muốn nói "X không đúng" hoặc "tôi không nghĩ là X".

④　このクラスでは日本語で話すチャンスがとても少ない。こんな勉強で会話が上手になるのだろうか。

　　　Ở lớp này có rất ít cơ hội nói chuyện bằng tiếng Nhật. Tôi băn khoăn là với cách học này thì làm sao mà khả năng hội thoại khá lên được?

6. ～との／での／からの／までの／への～

N ＋ {trợ từ cách ＋ の} ＋ N

Khi những từ có trợ từ cách như 「と、で、から、まで、へ」, v.v. đi kèm được dùng để bổ nghĩa cho danh từ thì sau trợ từ cách sẽ thêm 「の」. Ngoại trừ trường hợp sau 「に」 thì không thêm 「の」 mà chuyển 「に」 thành 「へ」 và dùng 「への」.

①　友達との北海道旅行は、とても楽しかったです。

　　　Chuyến du lịch Hokkaido với những người bạn của tôi rất vui.

②　日本での研究はいかがでしたか。

　　　Việc nghiên cứu của anh/ chị ở Nhật Bản đã diễn ra thế nào?

③　国の両親からの手紙を読んで、泣いてしまった。

　　　Tôi đã khóc khi đọc thư bố mẹ từ trong nước gửi cho.

④　先生へのお土産は何がいいでしょうか。

　　　Quà cho thầy thì cái gì là được nhỉ?

Sau 「が」,「を」 không dùng 「の」.

⑤　田中さんの欠席を部長に伝えてください。

　　　Chị hãy báo lại với trưởng phòng là anh Tanaka sẽ vắng mặt.

⑥　大学院で医学の研究をするつもりです。

　　　Tôi dự định nghiên cứu về y học ở khóa cao học.

7. …だろう・…だろうと思う（phỏng đoán）

```
V
いA    } thể thông thường
なA    } thể thông thường  } + だろう
N      } －だ
```

(1) 「…だろう」là thể thông thường của 「…でしょう」và được dùng ở trong câu kiểu thông thường. Đây là cách nói mà người nói thể hiện sự phỏng đoán của mình thay vì khẳng định.

① アジアの経済はこれからますます発展するだろう。

　　Từ nay có lẽ các nền kinh tế ở châu Á sẽ ngày càng phát triển mạnh.

② マリアさんの話を聞いて、ご両親もきっとびっくりされただろう。

　　Có lẽ bố mẹ của Maria đã rất sốc khi nghe chuyện của cô ấy.

(2) Trong hội thoại, nó thường được dùng kèm với 「と思う」thành 「…だろうと思う」.

③ 鈴木君はいい教師になるだろうと思います。

　　Tôi cho rằng cậu Suzuki có thể sẽ trở thành một giáo viên giỏi.

④ この実験にはあと２、３週間はかかるだろうと思います。

　　Tôi cho rằng thí nghiệm này sẽ kéo dài thêm 2, 3 tuần nữa.

<u>Tham chiếu</u>　「～でしょう？（xác nhận）」：

　　７月に京都でお祭りがあるでしょう？　　　　（☞『みんなの日本語初級Ⅰ』Bài 21）

　　「～でしょう（phỏng đoán）」：あしたは雪が降るでしょう。

　　　　　　　　　　　　　　　　　　　　　　　（☞『みんなの日本語初級Ⅱ』Bài 32）

話す・聞く

…から、～てください

V (thể lịch sự) + から、V てください

「…から」trong trường hợp này không phải để biểu thị lí do, mà là biểu thị thông tin làm tiền đề cho sự nhờ vả, chỉ thị xuất hiện sau nó.

① お金を入れるとボタンに電気がつきますから、それを押してください。

　　Khi cho tiền vào thì nút bấm sẽ sáng, bạn hãy bấm vào nút đó.

② 10分ぐらいで戻ってきますから、ここで待っていてくれますか。

　　Khoảng trong 10 phút tôi sẽ quay trở lại, anh/ chị chờ tôi ở đây nhé.

読む・書く

が／の

Trợ từ 「が」 của chủ ngữ ở trong ngữ mô tả một danh từ có thể thay bằng trợ từ 「の」.

① 留学生 {が／の} かいた絵を見ました。

　Tôi đã xem những bức tranh do các lưu học sinh vẽ.

② 田中さん {が／の} 作ったケーキはとてもおいしかった。

　Chiếc bánh mà anh Tanaka làm rất ngon.

Bài 6

1. (1) …て… ・ …って… (trích dẫn)

Câu (thể thông thường) + て／って…

Trong văn nói, trợ từ 「と」 được dùng trong câu trích dẫn có thể chuyển thành 「て」, 「って」.

① 田中さんは昨日何て言っていましたか。　←「と」

　　Anh Tanaka đã nói gì hôm qua vậy?

　…今日は休むって言っていました。　←「と」

　　Anh ấy nói là hôm nay anh ấy nghỉ.

② 店の前に「本日休業」って書いてありました。　←「と」

　　Trước cửa hiệu có ghi rằng "Hôm nay nghỉ bán".

「という」trong「～という名前を持つ人／もの／ところ」cũng có thể dùng thành 「って」.

③ 昨日、田山って人が来ましたよ。　←「という」

　　Hôm qua có một người tên là Tayama đến đấy ạ.

1. (2) ～って… (chủ đề)

Câu (thể thông thường)
N thể thông thường　−だ　} + って…

「X って」được dùng khi người nói đặt câu hỏi về X mà mình không biết rõ, hoặc khi người nói nói về tính chất hoặc đặc trưng của X.

① ねえ、函館って、どんな町？　Này, Hakodate là thành phố thế nào?

② メンタルトレーニングっておもしろい！

　　Cái gọi là "Rèn luyện tinh thần" thật là thú vị.

2. (1) ～つもりはない (phủ định ý định)

V thể nguyên dạng + つもりはない

(1)「～つもりはない」là hình thức phủ định của 「～つもりだ」 và có ý nghĩa là "không có ý định ~".

① 卒業後は就職するつもりです。大学院に行くつもりはありません。

　　Sau khi tốt nghiệp tôi có kế hoạch xin việc. Tôi không định học lên cao học.

② 仕事が忙しいので、今夜のパーティーに出るつもりはない。

Vì công việc của tôi hôm nay rất bận nên tôi không nghĩ là mình sẽ tham gia buổi tiệc tối nay.

Ở mẫu 「Vつもりはない」, nếu nội dung mà V chỉ đến đã rõ ràng thì có thể dùng thành 「そのつもりはない」.

③ A：1週間くらい休みを取ったらどうですか。

Sao anh không tính nghỉ luôn khoảng một tuần?

B：いえ、そのつもりはありません。　Không, tôi không có ý định đó.

(2) Có 2 cách nói phủ định của 「～つもりだ」là: 「～つもりはない」và 「～ないつもりだ」. 「～つもりはない」là cách nói phủ định mạnh hơn và được dùng khi phủ định mạnh mẽ lời nói của người khác.

④ 新しいコンピューターが発売されました。いかがですか。

Dòng máy tính mới đã được bán ra. Anh/ chị xem mua hộ một cái nhé?

…コンピューターは持っているから ｛○買うつもりはない／×買わないつもりだよ。｝

Tôi đã có máy tính và không có ý định mua thêm.

2. (2) ～つもりだった（ý định trong quá khứ）

V thể nguyên dạng
V thể ない －ない ｝＋ つもりだった

(1) 「～つもりだった」là hình thức quá khứ của 「～つもりだ」và có ý nghĩa là "đã có ý định ~".

① 電話するつもりでしたが、忘れてしまいました。すみません。

Tôi đã định gọi điện cho anh, nhưng tôi quên mất. Xin lỗi anh.

(2) Theo sau nó thường là nội dung thể hiện sự đổi ý.

② パーティーには行かないつもりでしたが、おもしろそうなので行くことにしました。

Tôi đã định không đi đến buổi tiệc, nhưng vì nó có vẻ thú vị nên cuối cùng tôi đã quyết định đi.

Tham chiếu 「～つもりだ（ý định）」：国へ帰っても、柔道を続けるつもりです。

(☞『みんなの日本語初級Ⅱ』Bài 31)

2. (3) ～たつもり・～ているつもり

thể V た
V ている
い A   ＋つもり
な A －な
N の

「X たつもり／X ているつもり」biểu thị việc chủ thể hành động cho là X. Tuy nhiên, trên thực tế, nó có thể không là X, hoặc có thể chẳng biết nó là X hay không.

① 外国語を練習するときは、小さな子どもになったつもりで、大きな声を出してみるといい。

Khi luyện tập một ngoại ngữ, sẽ rất hiệu quả nếu thử nói to như thể mình là một đứa trẻ nhỏ.

② かぎがかかっていませんでしたよ。 Cửa đã không khóa đấy.

…すみません、かけたつもりでした。 Tôi xin lỗi, tôi cứ nghĩ là tôi đã khóa rồi.

③ わたしは一生懸命やっているつもりです。 Tôi cho rằng mình đang rất cố gắng.

④ 若いつもりで無理をしたら、けがをしてしまった。

Tôi cứ nghĩ là mình còn trẻ và đã gắng sức, kết cục là tôi đã làm mình bị thương.

⑤ 本当の研究発表のつもりで、みんなの前で話してください。

Em hãy phát biểu trước mọi người như thể đây là một bài trình bày về vấn đề nghiên cứu thực thụ.

Tham chiếu 「V thể nguyên dạng つもりです（ý định thực hiện hành động）」：
国へ帰っても、柔道を続けるつもりです。 (☞『みんなの日本語初級Ⅱ』Bài 31)

3. ～てばかりいる・～ばかり～ている

（1）V thể て ＋ ばかりいる

（2）N ばかり ＋ V ngoại động từ ている

（1）Mẫu này biểu thị một hành động nào đó thường xuyên xảy ra hoặc lặp đi lặp lại, với tâm trạng chê trách hay bất mãn của người nói về chuyện đó.

① この猫は一日中、寝てばかりいる。 Con mèo này suốt ngày chỉ ngủ.

② 弟はいつもコンピューターゲームをしてばかりいる。

Em trai tôi lúc nào cũng chơi game trên máy tính.

（2）Trường hợp là ngoại động từ thì 「ばかり」có thể đứng ngay sau đối tượng mà nó đề cập đến.

③ 弟はいつもコンピューターゲームばかりしている。

Em trai tôi lúc nào cũng chơi game trên máy tính.

4. …とか…

N
Câu (thể thông thường) } + とか

(1)「…とか…とか」được dùng khi liệt kê ra vài ví dụ tương tự nhau.
① 最近忙しくて、テレビのドラマとか映画とか見る時間がありません。
② 健康のためにテニスとか水泳とかを始めてみるといいですよ。

(☞『みんなの日本語初級Ⅱ』Bài 36)

(2) Có thể đưa cả câu văn vào trong「…」.
③ 子どものとき、母に「勉強しろ」とか「たくさん食べなさい」とかよく言われました。

Hồi còn bé, tôi thường bị mẹ nói "Hãy đi học bài đi", "Hãy ăn nhiều vào", v.v..

④ 今日のテストは「難しい」とか「問題が多すぎる」とか思った学生が多いようです。

Có vẻ là có nhiều sinh viên nghĩ rằng bài thi hôm nay "khó", "có quá nhiều câu", v.v..

⑤ やせたいんです。どうしたらいいですか。

Tôi muốn gầy đi. Tôi phải làm thế nào thì được?

…毎日水泳をするとか、ジョギングをするとかすればいいですよ。

Hàng ngày anh bơi hoặc chạy bộ là được đấy.

5. ～てくる（sự xuất hiện của một sự việc）

V thể て + くる

「～てくる」biểu thị có một cái gì đó mới xuất hiện, và có thể cảm nhận được mà trước đây không có.

① 暗くなって、星が見えてきた。　Trời tối và các vì sao xuất hiện.
② 隣の家からいいにおいがしてきた。　Mùi thơm từ nhà bên bay tới.

6. ~てくる (đến gần)・~ていく (rời khỏi)

V thể て + { くる / いく }

「~てくる」và「~ていく」đi cùng với các động từ chỉ sự dịch chuyển để chỉ rõ phương hướng dịch chuyển.「~てくる」biểu thị hướng dịch chuyển hướng về phía người nói, còn「~ていく」biểu thị hướng dịch chuyển bắt đầu từ phía người nói và hướng tới một nơi khác.

① 兄が旅行から帰ってきた。　Anh trai tôi đã trở về từ chuyến du lịch.
② 授業のあと、学生たちはうちへ帰っていった。

　Sau giờ học, các sinh viên đã trở về nhà.

読む・書く

こ~ (chỉ định quy chiếu theo mạch văn)

「こ」được dùng trong câu văn để chỉ định một cái gì đó sẽ xuất hiện ở phía sau.

① 新聞にこんなことが書いてあった。最近の日本人は家族みんなで休日にコンピューターゲームを楽しむそうだ。

Trên báo có viết chuyện như thế này: "Nghe nói người Nhật thời gian gần đây, vào ngày nghỉ, tất cả các thành viên trong gia đình tiêu khiển bằng cách cùng chơi game trên máy tính."

Tham chiếu 　「あ~・そ~ (chỉ định quy chiếu theo mạch văn (văn nói))」

　　　　　　「そ~ (chỉ định quy chiếu theo mạch văn (văn viết))」

(☞『みんなの日本語中級Ⅰ』Bài 5)

Bài 7

1. (1) ～なくてはならない／いけない・～なくてもかまわない

```
V thể ない  ⎫
いA  －い→く ⎬  +  ⎧ なくてはならない／いけない
なA        ⎪      ⎨
で          ⎪      ⎩ なくてもかまわない
N           ⎭
```

(1) 「～なくてはならない／いけない」biểu thị rằng「～」là nghĩa vụ, nhất định cần phải thế. Nó giống với cách nói「～なければならない」.

① この薬は一日2回飲まなくてはならない。
   Thuốc này mỗi ngày phải uống 2 lần.

② レポートは日本語でなくてはなりません。
   Báo cáo phải viết bằng tiếng Nhật.

(2) 「～なくてもかまわない」biểu thị rằng「～」là không cần thiết. Nó là cách nói lịch sự hơn「～なくてもいいです」.

③ 熱が下がったら、薬を飲まなくてもかまわない。
   Khi đã hạ sốt thì không cần phải uống thuốc nữa.

④ 作文は長くなくてもかまいません。
   Bài tập làm văn không cần thiết phải quá dài.

<u>Tham chiếu</u>「～なければならない (buộc phải làm dù cho người thực hiện hành vi có muốn hay không)」：薬を飲まなければなりません。

「～なくてもいい (không cần thiết phải thực hiện hành vi)」：あした来なくてもいいです。

(☞『みんなの日本語初級Ⅰ』Bài 17)

1. (2) ～なくちゃ／～なきゃ［いけない］

〈Cách tạo hình thức này〉

V なくてはいけない → V なくちゃ［いけない］

V なければいけない → V なきゃ［いけない］

Trong hội thoại không trang trọng thì「なくてはいけない」có thể nói thành「なくちゃいけない」, và「なければいけない」có thể nói thành「なきゃいけない」. Ngoài ra,「いけない」cũng có thể được lược bỏ.

2. …だけだ・[ただ] …だけでいい

(1) N + だけ

(2) V, いA } thể thông thường
なA   thể thông thường
      －だ → な
} + { だけだ / だけでいい }

(1) 「～だけ」đi cùng danh từ và biểu thị ý nghĩa giới hạn. (『みんなの日本語初級Ⅰ』Bài 11)

① 外国人の社員は一人だけいます。　Nhân viên người nước ngoài chỉ có một người.

② 休みは日曜日だけです。　Chỉ có ngày chủ nhật là ngày nghỉ.

(2) Động từ hoặc tính từ có thể đứng trước「…だけ」và tạo thành một vị ngữ.

③ 何をしているの？…ただ、本を読んでいるだけです。

　　Chị đang làm gì thế?　Tôi chỉ đang đọc sách thôi.

④ 病気ですか？…ちょっと気分が悪いだけです。

　　Anh bị ốm à?　Không, tôi chỉ thấy hơi khó chịu thôi.

(3) 「…するだけでいい」biểu thị rằng việc cần làm chỉ là「…すること」, ngoài ra không cần gì khác.

⑤ 申し込みはどうするんですか？…この紙に名前を書くだけでいいんです。

　　Đăng ký thì phải làm thế nào ạ?　Anh chỉ cần ghi tên vào tờ giấy này.

3. …かな（trợ từ cuối câu）

V, いA } thể thông thường
なA   thể thông thường
N   －だ
} + かな

(1) 「…かな」được dùng trong câu hỏi không bắt buộc người nghe phải trả lời.「…」ở thể thông thường.

① A：お父さんの誕生日のプレゼントは何がいいかな。

　　Quà sinh nhật cho bố thì nên tặng gì nhỉ?

　B：セーターはどうかな。

　　Áo len thì không biết thế nào nhỉ?

(2) Trong tình huống mời rủ hoặc nhờ vả, khi dùng「…ないかな」sẽ có hiệu quả làm mềm mại câu văn mà không cần nói rõ ra.

② A：明日みんなで桜を見に行くんですが、先生もいっしょにいらっしゃらないかなと思いまして。

Ngày mai chúng em sẽ đi ngắm hoa anh đào, và em không biết là thầy có đi được cùng với chúng em không.

B：桜ですか。いいですね。　Hoa anh đào à? Được đấy.

③ A：3時までにこの資料を全部コピーしなければならないんだけど、手伝ってくれないかな。

Tôi phải photo tất cả tài liệu này xong trước 3 giờ, không biết liệu anh có thể giúp tôi không.

B：いいよ。　Không vấn đề gì.

4.(1)　～なんか…

N + なんか

「～なんか」là cách nói biểu thị tâm lí xem nhẹ rằng「～」là không quan trọng. Nó giống với「など」, nhưng chỉ dùng trong văn nói.

① わたしの絵なんかみんなに見せないでください。絵が下手なんです。

Đừng cho mọi người xem tranh của tôi. Tôi vẽ không đẹp.

4.(2)　…なんて…

V
いA ｝ thể thông thường
なA ｝ + なんて
N

(1)「X なんて Y」là cách nói biểu thị tâm lí xem nhẹ rằng X là không quan trọng.「X なんて」giống với「など」, nhưng chỉ dùng trong văn nói.

① わたしの絵なんてみんなに見せないでください。絵が下手なんです。

Đừng cho mọi người xem tranh của tôi. Tôi vẽ không đẹp.

(2) Ngoài ra,「X なんて」còn được sử dụng để bày tỏ ý phủ định hay sự ngạc nhiên về X. Nó được dùng trong văn nói.

② 昨日、大江さんという人から電話があったよ。

Hôm qua có điện thoại từ một người tên là Oe gọi đến cho anh đấy.

…大江なんて（人）知りませんよ、わたし。

Nhưng tôi chẳng biết ai tên là Oe cả.

③ 先生が3年も前に事故にあって亡くなったなんて、知りませんでした。

　　Tôi đã không biết chuyện thầy giáo của chúng tôi mất 3 năm về trước do tai nạn.

④ 試験に一度で合格できたなんて、びっくりしました。

　　Tôi đã rất ngạc nhiên khi tôi thi một lần và đỗ luôn.

⑤ ミラーさんがあんなに歌がうまいなんて、知りませんでした。

　　Tôi đã không biết là anh Miller hát hay đến như thế.

「なんて」được dùng sau động từ, tính từ như ở ③, ④, ⑤.「なんか」không dùng được ở trường hợp này.

5.（1）～（さ）せる（sai khiến (gây) cảm xúc）

〈Cách tạo hình thức này〉

V_{nội động từ}（động từ biểu thị cảm xúc）+（さ）せる

Biểu hiện chỉ sự sai khiến「～（さ）せる」ngoài việc được dùng để bắt (ra lệnh cho) người khác làm gì, còn được dùng để mô tả việc gây ra một cảm xúc. Trong trường hợp này, động từ được dùng là các nội động từ chỉ cảm xúc như「泣く、びっくりする、楽しむ、驚く（khóc, ngạc nhiên, thích thú, giật mình, v.v.）」, và người bị gây cảm xúc đó được biểu thị bởi trợ từ「を」.

① 殴って、弟を泣かせたことがある。

　　Thi thoảng tôi đấm em trai tôi và làm nó khóc.

② テストで100点を取って、母をびっくりさせた。

　　Tôi đã làm mẹ ngạc nhiên khi đạt được 100 điểm cho bài kiểm tra.

[Tham chiếu]「～（さ）せる（sai khiến)」：部長は加藤さんを大阪へ出張させます。

（☞『みんなの日本語初級Ⅱ』Bài 48）

5.（2）～（さ）せられる・～される（cách nói bị động sai khiến cảm xúc）

〈Cách tạo hình thức này〉

V_{nội động từ} +（さ）せられる／される

Hình thức nói sai khiến cảm xúc còn được dùng với biểu hiện bị động.

① 何度買っても宝くじが当たらず、がっかりさせられた。

　　Tôi đã bị thất vọng vì mua vé số nhiều lần mà không bao giờ trúng.

② 子どもが書いた作文はすばらしく、感心させられた。

　　Tôi đã bị ấn tượng bởi bài làm văn mà đứa trẻ viết quá xuất sắc.

Trường hợp này biểu thị những cảm xúc (ngạc nhiên, buồn bã, thất vọng, ngưỡng mộ) được gây ra rất mạnh.

Tham chiếu 「～（さ）せる（sai khiến）」：部長は加藤さんを大阪へ出張させます。

(☞『みんなの日本語初級Ⅱ』Bài 48)

「～（ら）れる（bị động）」：わたしは先生に褒められました。

(☞『みんなの日本語初級Ⅱ』Bài 37)

「～（さ）せられる（sai khiến bị động)」：太郎君は先生に掃除をさせられました。

(☞『みんなの日本語中級Ⅰ』Bài 4)

6. …なら、…

```
V      ┐
いA    ├ thể thông thường  ┐
なA    ┤ thể thông thường  ├ ＋ なら
       │ －だ              │
N      ┘                   ┘
```

「X なら Y」được dùng để đề xuất hoặc hỏi về Y khi người nghe đang có ý định làm X hoặc đang trong trạng thái X. X có thể là danh từ, động từ hoặc tính từ. 「なら」đi cùng thể thông thường, tuy nhiên, khi X kết thúc bởi tính từ đuôi な hay danh từ thì sẽ dùng thành 「tính từ đuôi な／danh từ ＋ なら」.

① パソコンを買いたいんですが。

…パソコンならパワー電気のがいいですよ。

(☞『みんなの日本語初級Ⅱ』Bài 35)

② ワインを買うなら、あの酒屋に安くておいしいものがあるよ。

Nếu anh định mua rượu vang thì quầy rượu đằng kia có loại rẻ mà ngon đấy.

③ 日曜大工でいすを作るなら、まず材料に良い木を選ばなくてはいけません。

Nếu anh định tự mình đóng ghế thì trước hết phải chọn loại gỗ tốt làm vật liệu.

④ 頭が痛いなら、この薬を飲むといいですよ。

Nếu anh đau đầu thì uống thuốc này là được đấy.

⑤ 大学院への進学のことを相談するなら、どの先生がいいかな。

Nếu muốn xin lời khuyên về việc học lên cao học thì tôi nên nói chuyện với giáo sư nào nhỉ?

読む・書く

～てくれ

(1) Dùng 「V てくれ」 khi muốn bày tỏ sự chỉ thị hoặc nhờ vả một cách gián tiếp. Khi bày tỏ một cách trực tiếp sự chỉ thị hoặc nhờ vả thì mẫu 「～てください」 được dùng.

① 田中さんはお母さんに「7時に起こしてください」と言いました。

Anh Tanaka đã nói với mẹ: "Mẹ hãy gọi con dậy lúc 7 giờ nhé".

→ 田中さんはお母さんに何と言いましたか。

Anh Tanaka đã nói gì với mẹ?

…7時に起こしてくれと言いました。

Anh ấy đã nhờ mẹ gọi dậy lúc 7 giờ.

(2) V てくれ là cách nói được dùng chủ yếu bởi đàn ông khi nhờ vả người dưới làm việc gì.

② 部長：田中君、この資料をコピーして来てくれ。

Trưởng phòng: Cậu Tanaka này, cậu photo giúp tôi tài liệu này.

Bài 8

1. (1)(2) 〜あいだ、… ・ 〜あいだに、…

Vている
Nの
$\Biggr\} +\Biggl\{$ あいだ
あいだに

(1)「X あいだ、Y」biểu thị rằng ở trạng thái mà cả X và Y diễn ra trong một thời gian nhất định, thì khi X đang tiếp diễn, Y cũng đồng thời diễn ra.

① 電車に乗っているあいだ、本を読んでいた。

　　Khi đi trên tàu điện, tôi đã đọc sách.

② 夏休みのあいだ、ずっと国に帰っていた。

　　Trong suốt kỳ nghỉ hè, tôi đã về nước.

(2)「X あいだに、Y」biểu thị rằng một sự việc khác là Y xảy ra khi X đang tiếp diễn.

③ 食事に出かけているあいだに、部屋に泥棒が入った。

　　Khi tôi đang đi ra ngoài ăn thì kẻ trộm đã đột nhập vào phòng tôi.

④ 旅行のあいだに、アパートに泥棒が入った。

　　Khi chúng tôi đang đi du lịch thì kẻ trộm đã đột nhập vào căn hộ của chúng tôi.

[Tham chiếu] 「あいだ（vị trí）」：郵便局は銀行と本屋のあいだ（間）にあります。

(☞『みんなの日本語初級 I』Bài 10)

2. (1)(2) 〜まで、… ・ 〜までに、…

N
V thể nguyên dạng
$\Biggr\} +\Biggl\{$ まで
までに

(1) Trong mẫu「X まで Y」thì X biểu thị thời hạn cuối của Y, và Y biểu thị hành động đang tiếp diễn hoặc trạng thái.

① 3時までここにいます。

② 毎日9時から5時まで働きます。　　　　　(☞『みんなの日本語初級 I』Bài 4)

X ngoài là thời gian thì cũng có thể là một sự việc.

③ 先生が来るまで、ここで待っていましょう。

　　Chúng ta hãy chờ ở đây cho đến khi thầy đến.

(2) Trong mẫu「X までに Y」thì X cũng chỉ thời hạn, nhưng Y thì không phải là hành động đang tiếp diễn hoặc trạng thái mà là sự việc xảy ra một lần. Nó thể hiện rằng Y xảy ra trước X.

④ 3時までに帰ります。　　　　　　　　　　　　(☞『みんなの日本語初級Ⅰ』Bài 17)

⑤ 先生が来るまでに、掃除を終わらせた。　Tôi đã dọn sạch trước khi thầy đến.

3. 〜た〜 （bổ nghĩa cho danh từ）

V thể た ＋ N

(1) Thể ている biểu thị trạng thái kết quả của một hành động hay một sự thay đổi đã diễn ra, khi dùng làm bổ nghĩa cho danh từ thì có thể chuyển thành thể た.

① 田中さんは眼鏡をかけています。 → 眼鏡をかけた田中さん

　Anh Tanaka đang đeo kính　→　Anh Tanaka, người đeo kính

② 線が曲がっている。 → 曲がった線　Đường (bị) cong.　→　Đường cong

(2) Tuy nhiên, trường hợp thể ている biểu thị trạng thái của một hành động đang diễn ra, nếu chuyển thành thể た dùng làm bổ nghĩa cho danh từ thì sẽ có nghĩa khác.

③ 山下さんは本を読んでいます。　≠　本を読んだ山下さん

　Anh Yamashita đang đọc sách.　　Anh Yamashita, người đã đọc cuốn sách

④ 東京電気で働いている友達　≠　東京電気で働いた友達

　Bạn tôi, người đang làm ở Công ty điện lực Tokyo　　Bạn tôi, người đã làm ở Công ty điện lực Tokyo

[Tham chiếu]　「ている（biểu thị trạng thái kết quả）」：窓が割れています。

(☞『みんなの日本語初級Ⅱ』Bài 29)

4. 〜によって…

N ＋ によって

Mẫu「X によって Y」biểu thị rằng tùy vào kiểu của X mà Y sẽ thay đổi đa dạng khác nhau. Vị ngữ ở Y thường là các từ 「違う」(khác nhau),「変わる」(thay đổi),「さまざまだ」(đa dạng), v.v..

① 好きな食べ物は人によって違う。　Mỗi người sẽ có món ăn yêu thích khác nhau.

② 季節によって景色が変わる。　Cảnh sắc thay đổi khác nhau theo mùa.

5. ～たまま、… ・ ～のまま、…

```
V thể た  ⎫
         ⎬ ＋ まま
N の     ⎭
```

Mẫu 「V たまま Y ／ N のまま Y」 biểu thị việc thực hiện Y ở trạng thái sau khi V đã xảy ra, hoặc thực hiện Y trong trạng thái N. Mẫu này được dùng trong trường hợp ở trạng thái đó thì Y thường sẽ không xảy ra.

① 眼鏡をかけたまま、おふろに入った。　Tôi đã vào bồn tắm mà đeo nguyên kính.

② 昨夜の地震にはびっくりして、下着のまま、外に出た。

　　Tôi đã rất hoảng bởi trận động đất tối qua, và đã chạy ra ngoài chỉ với đồ lót trên người.

6. …からだ（nguyên nhân / lí do）

（1）Câu (thể thông thường) ＋ からだ

（2）Câu (thể thông thường) ＋ のは、Câu (thể thông thường) ＋ からだ

(1) Đây là cách nói biểu thị nguyên nhân hoặc lí do của một sự việc nào đó. Nó được dùng để trả lời khi bị hỏi lí do, và 「から」 đi cùng thể thông thường.

① どうして医者になりたいんですか。

　　Tại sao anh lại muốn trở thành bác sĩ?

　…医者は人を助けるすばらしい仕事だからです。

　　Bởi vì bác sĩ là một công việc tuyệt vời giúp được người khác.

(2) Trường hợp nói kết quả trước, trình bày nguyên nhân sau thì câu sẽ có hình thức 「…（thể thông thường）＋ のは、…（thể thông thường）＋ からだ」.

② 急にドアが開いたのは、だれかがボタンを押したからだ。

　　Việc cửa đột nhiên mở là do ai đó đã bấm nút.

Ở cách nói biểu thị lí do tương tự là 「…ので」, thì không có cách dùng này. Không thể nói 「…のでだ／…のでです」.

Tham chiếu 「…から （lí do: nối 2 câu thành 1 câu）」:

時間がありませんから、新聞を読みません。　（☞『みんなの日本語初級Ｉ』Bài 9）

話す・聞く

髪／目／形 (tóc / mắt / hình dạng) をしている

Đây là cách nói biểu thị đặc trưng ngoại hình của người hoặc vật thể.

① リンリンちゃんは長い髪をしています。

Bé Rin-Rin có mái tóc dài.

② この人形は大きい目をしています。

Con búp bê này có đôi mắt to.

③ このパンは帽子みたいな形をしている。

Chiếc bánh mì này có hình dạng như cái mũ.

Bài 9

1. お～ますです

Đây là hình thức kính ngữ của hình thức 「～している」 của động từ. Nó được dùng như là kính ngữ khi nói hành động đang diễn ra ở thời điểm hiện tại, hoặc trạng thái kết quả còn lại của một hành động sau khi diễn ra.

① 何をお読みですか。　　Tôi có thể hỏi là anh/ chị đang đọc gì đấy không ạ?
   ＝ 何を読んでいますか。　　Anh/ chị đang đọc gì đấy?

② いい時計をお持ちですね。　　Anh/ chị có chiếc đồng hồ đẹp quá ạ.
   ＝ いい時計を持っていますね。　　Anh/ chị có chiếc đồng hồ đẹp quá nhỉ

Trường hợp là động từ chỉ trạng thái thì nó là cách nói kính ngữ chỉ trạng thái hiện tại.

③ 時間がおありですか。　　Anh/ chị có đang rỗi không ạ?
   ＝ 時間がありますか。　　Anh/ chị có thời gian rỗi không?

Trường hợp là động từ chỉ sự đi, đến thì tùy vào hoàn cảnh mà nó có thể được sử dụng như là kính ngữ của một động từ, ở thời tương lai hoặc quá khứ.

④ 部長は何時にお着きですか。　　Mấy giờ thì trưởng phòng sẽ đến ạ?
   ＝ 部長は何時に着きますか。　　Mấy giờ thì trưởng phòng đến vậy?

⑤ （夕方、隣の家の人に会って）今、お帰りですか。
   (Vào buổi chiều tối, khi gặp người hàng xóm) Anh/ chị vừa mới về đấy ạ?
   ＝ 今、帰りましたか。　　Anh/ chị vừa mới về à?

Trường hợp các động từ ở dưới đây thì sẽ có hình thức đặc biệt.

⑥ 行く・いる・来る　（đi/ở/đến）→ おいでです
   来る （đến） → お越しです・お見えです
   食べる （ăn） → お召し上がりです
   着る （mặc） → お召しです
   寝る （ngủ） → お休みです
   住んでいる （sống） → お住まいです
   知っている （biết） → ご存じです

2. ～てもかまわない

```
V thể て
いA  －い → くて        ＋ もかまわない
なA ┐
N   ┘ ＋ で
```

「～てもかまわない」biểu thị sự chấp nhận, cho phép làm việc gì đó. Khi là câu nghi vấn thì nó là cách nói để xin phép được làm việc gì. Nó giống với 「～てもいい」 nhưng trang trọng hơn.

① ここに座ってもかまいませんか。　Tôi có thể ngồi ở đây không?

② 間に合わなかったら、あしたでもかまいません。

　Nếu anh không kịp thì để ngày mai cũng không sao.

Tham chiếu 「～てもいい（cho phép）」：写真を撮ってもいいです。

(☞『みんなの日本語初級Ｉ』Bài 15)

3. …ほど～ない・…ほどではない（so sánh）

```
(1) N                    ┐       ┌ いA  －い → く ＋ ない
    V thể thông thường   ┘ ほど  ┤  なA  －だ → ではない

(2) N                    ┐
    V thể thông thường   ┘ ほどではない
```

(1) Mẫu 「A は B ほど X ではない」 biểu thị rằng A và B đều là X, nhưng nếu so sánh thì A không X hơn B.

① 中国は日本より広いが、ロシアほど広くはない。

　Trung Quốc rộng hơn Nhật Bản nhưng không rộng bằng Nga.

② 八ヶ岳は有名な山だが、富士山ほど有名ではない。

　Yatsugatake là một ngọn núi nổi tiếng nhưng không nổi tiếng núi Phú Sĩ.

③ 田中先生は厳しいですか。　Thầy Tanaka có nghiêm khắc không?

　…ええ、でも、鈴木先生ほど厳しくないですよ。

　　Có, nhưng không nghiêm khắc bằng thầy Suzuki đâu.

Động từ thể thông thường có thể dùng cho 「B」như trong 「思ったほど」,「考えていたほど」, v.v..

④ このレストランは人気があるそうだが、料理は思ったほどおいしくなかった。

　Nghe nói nhà hàng này rất được chuộng, nhưng đồ ăn thì chẳng ngon như tôi nghĩ.

(2) X có thể được lược bỏ.
⑤ 10月に入って少し寒くなったが、まだコートを着るほどではない。

Vào tháng 10 thì trời có trở lạnh một chút nhưng chưa đến mức phải mặc áo khoác.

4. ～ほど～はない／いない (so sánh)

N ほど { いA / なA －な } N ＋ はない／いない

Mẫu「X ほど Y はない／いない」có nghĩa rằng X là Y nhất.

① スポーツのあとに飲むビールほどおいしいものはない。

Chẳng có gì ngon bằng bia uống sau khi chơi thể thao.

② 田中さんほど仕事がよくできる人はいません。

Chẳng ai có thể làm tốt công việc bằng anh Tanaka.

③ この島で見る星ほど美しいものはありません。

Chẳng có gì đẹp bằng những ngôi sao nhìn thấy từ đảo này.

④ 田中先生ほど親切で熱心な先生はいない。

Chẳng có giáo viên nào tốt bụng và nhiệt huyết như thầy Tanaka.

⑤ アジアで『ドラえもん』ほどよく知られている漫画はありません。

Ở châu Á, chẳng có truyện tranh nào nổi tiếng bằng "Đô-ra-ê-mon".

5. …ため［に］、… ・ …ためだ (nguyên nhân / lí do)

Câu (thể thông thường)
いA
なA －な
N の
＋ { ため［に］ / ためだ }

Trong mẫu「X ために、Y」thì X là nguyên nhân hoặc lí do, Y là những gì đã xảy ra. Mẫu này dùng trong văn viết và trang trọng hơn「から」hay「ので」. Trường hợp nói kết quả Y trước, rồi trình bày nguyên nhân hoặc lí do X ở phần vị ngữ phía sau thì cấu trúc câu sẽ là「Y（の）は X ためだ」.

① 大雪が降ったために、空港が使えなくなりました。

Vì tuyết rơi dày nên sân bay đã không thể sử dụng.

② 空港が使えなくなったのは、大雪が降ったためです。

Việc sân bay không thể sử dụng là do tuyết rơi dày.

6. 〜たら／〜ば、…た (cách nói giả thiết không có thực)

V たら／V ば、…た

い A －い → かったら／ければ、
な A ＋ だったら／なら、 } …た

Đây là cách nói giả thiết về điều đã không xảy ra trong thực tế, và giả dụ nếu điều đó đã xảy ra thì đem lại kết quả như thế nào. Ở cuối câu thường là các biểu hiện biểu thị sự phỏng đoán hoặc 「のに」, v.v..

① もし昨日雨が降っていたら、買い物には出かけなかっただろう。

Nếu hôm qua trời mưa thì có lẽ tôi đã không đi mua sắm.

② お金があれば、このパソコンが買えたのに。

Nếu có tiền thì lẽ ra tôi đã có thể mua cái máy tính xách tay này.

③ この間見たパソコン、買ったんですか。

Anh/ chị đã mua cái máy tính xách tay mà chúng ta đã xem hôm vừa rồi à?

…いいえ、もう少し安ければ、買ったんですが……。

Không, nếu nó rẻ thêm chút nữa thì tôi đã mua, nhưng ….

Tham chiếu 「〜たら (giả định)」：お金があったら、旅行します。

「〜たら (việc nó xảy ra trong tương lai là điều chắc chắn)」：

10時になったら、出かけましょう。 (☞『みんなの日本語初級Ⅰ』Bài 25)

「〜ば (điều kiện)」：ボタンを押せば、窓が開きます。

(☞『みんなの日本語初級Ⅱ』Bài 35)

Bài 10

1. (1) ┃…はずだ┃

   V ┐
   いA ┤ thể thông thường
       │
   なA   thể thông thường   ┐
           ーだ → な   ├ + はずだ
                                 │
   N   thể thông thường   ┘
           ーだ → の

「…はずだ」biểu thị rằng người nói tin chắc chắn điều gì đó sẽ thành hiện thực dựa trên sự tính toán, kiến thức, lô gíc.

① 飛行機で東京まで1時間だ。2時に大阪を出発すれば3時には着くはずだ。

   Đi bằng máy bay đến Tokyo mất 1 tiếng. Nếu chúng ta rời Osaka lúc 2 giờ thì chắc chắn 3 giờ đến nơi.

② 薬を飲んだから、もう熱は下がるはずだ。

   Vì tôi đã uống thuốc nên chắc chắn sẽ hạ sốt.

③ 子どもが8人もいたから、生活は楽ではなかったはずだ。

   Ông ấy có đến 8 đứa con nên cuộc sống của ông ấy chắc chắn là đã không nhàn nhã.

「はず」được dùng giống như danh từ trong diễn đạt, chẳng hạn như:「はずなのに」,「はずの」và「そのはず」.

④ 山田さんは来ますか。　Anh Yamada có đến không?

   …はい、そのはずです。　Có, anh ấy chắc chắn sẽ đến.

Tham chiếu 「…はずだ」:

   ミラーさんは今日来るでしょうか。

   …来るはずですよ。昨日電話がありましたから。

   (☞『みんなの日本語初級 II』Bài 46)

1. (2) ｜…はずが／はない｜

V
いA ｝ thể thông thường

なA　thể thông thường
　　ーだ → な

N　　thể thông thường
　　ーだ → の

｝ + はずが／はない

「はずがない／はずはない」là hình thức phủ định của「はずだ」, và có nghĩa là "vô lý", "không thể có". Nó được dùng để phủ định mạnh mẽ điều gì đó, dựa trên các căn cứ chắc chắn.

① あんなに練習したんだから、今日の試合は負けるはずがない。

Họ đã tập luyện chăm chỉ như thế nên chắc chắn họ không thể thua trong trận đấu hôm nay.

② 人気がある映画なのだから、おもしろくないはずはありません。

Đó là một bộ phim được yêu thích cho nên chắc chắn không thể không hay.

③ 階段の前に1週間前から赤い自転車が置いてある。ワットさんも赤い自転車を持っているが、今修理に出してある。だからこの自転車はワットさんの自転車のはずがない。

Ai đó đã để chiếc xe đạp màu đỏ ở trước cầu thang từ một tuần trước. Anh Watt cũng có một chiếc xe đạp đỏ nhưng bây giờ anh ấy đang đưa ra hàng sửa nên chắc chắn chiếc xe này không phải là xe của anh Watt.

Ngoài ra, khi phủ nhận mạnh mẽ những gì ai đó đã nói ra, với ý rằng điều đó không đúng thì dùng mẫu「そんなはずはない」.

④ かぎがかかっていなかったよ。　Cửa đã không khóa đấy.

　…そんなはずはありません。　Chắc chắn không có chuyện đó.

1. (3) ｜…はずだった｜

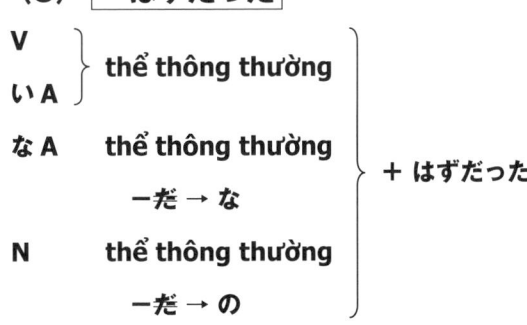

V
いA ｝ thể thông thường

なA　thể thông thường
　　ーだ → な

N　　thể thông thường
　　ーだ → の

｝ + はずだった

「…はずだった」là hình thức quá khứ của 「…はずだ」, biểu thị người nói đã nghĩ rằng điều gì đó đương nhiên sẽ trở nên như thế. Nó thường được sử dụng trong trường hợp kết quả xảy ra khác với những gì đã được tiên lượng.

① 旅行に行くはずだった。しかし、病気で行けなくなった。

Tôi đã nghĩ là chắc chắn mình sẽ đi du lịch, nhưng do bị ốm nên tôi đã không thể đi được.

② パーティーには出ないはずだったが、部長が都合が悪くなったので、わたしが出席することになった。

Tôi đã nghĩ là chắc chắn mình sẽ không dự buổi tiệc, nhưng do trưởng phòng không đi được nên tôi đã phải đi thay.

Tham chiếu 「…はずだ」:

ミラーさんは今日来るでしょうか。

…来るはずですよ。昨日電話がありましたから。

(☞『みんなの日本語初級Ⅱ』Bài 46)

2. …ことが／もある

V thể nguyên dạng
V thể ない －ない
いA
なA －な
Nの
} ＋ことが／もある

(1) Mẫu 「…ことがある・こともある」có nghĩa là một sự việc X hoặc một trạng thái X thi thoảng xảy ra.

① 8月はいい天気が続くが、ときどき大雨が降ること ｛が／も｝ ある。

Tháng 8 thời tiết về cơ bản rất đẹp, nhưng đôi khi cũng có mưa lớn.

② 母の料理はいつもおいしいが、ときどきおいしくないこと ｛が／も｝ ある。

Món ăn mẹ nấu thường rất ngon, nhưng đôi khi cũng có lúc không ngon.

③ このスーパーはほとんど休みがないが、たまに休みのこと ｛が／も｝ ある。

Siêu thị này gần như không đóng cửa bao giờ, nhưng đôi khi cũng có lúc đóng cửa.

(2) Trong hầu hết mọi trường hợp thì 「…ことがある」và 「こともある」được dùng với ý nghĩa giống nhau.

④ このエレベーターは古いから、たまに止まること ｛が／も｝ ある。

Thang máy này cũ rồi nên đôi lúc dừng không hoạt động.

⑤ 彼女の電話はいつも長いが、たまには短いこと ｛が／も｝ ある。

　　Các cuộc gọi từ cô ấy thường lúc nào cũng dài, nhưng đôi khi cũng có lúc ngắn.

⑥ うちの子どもたちはとても元気だが、1年に何度か熱を出すこと ｛が／も｝ ある。

　　Bọn trẻ nhà tôi rất khỏe mạnh, nhưng một năm chúng cũng bị sốt vài lần.

Tham chiếu 「V thể た ＋ ことがある（sự kinh qua）」：

　　　　　わたしはパリに行ったことがあります。　　　　（☞『みんなの日本語初級Ⅰ』Bài 19）

3. 〜た結果、…・〜の結果、…

V thể た ｝
N の ｝ ＋ 結果（kết quả）、…

Mẫu này biểu thị rằng việc thực hiện một hành động (〜) nào đó thì dẫn đến sự việc (…) ở phía sau diễn ra. Nó chủ yếu được dùng trong văn viết, và hay được dùng trong các bản tin trên truyền hình hoặc đài phát thanh.

① ｛調査した／調査の｝ 結果、この町の人口が減ってきていることがわかりました。

　　Kết quả điều tra cho thấy rằng dân số của thị trấn này đang giảm đi.

② 両親と ｛話し合った／の話し合いの｝ 結果、アメリカに留学することに決めました。

　　Sau khi nói chuyện với bố mẹ, tôi đã quyết định đi du học Mỹ.

4. (1) 〜出す（động từ phức）

「V thể ます ＋ 出す」có nghĩa là hành động V bắt đầu xảy ra.

Ví dụ：泣き出す（bật khóc/bắt đầu khóc），（雨が）降り出す（đổ mưa/bắt đầu mưa），動き出す（bắt đầu di chuyển），歩き出す（bắt đầu đi），読み出す（bắt đầu đọc），歌い出す（cất lời ca/bắt đầu hát），話し出す（mở lời/bắt đầu nói）

① 急に雨が降り出した。　Trời đột ngột đổ mưa.

「V thể ます ＋ 出す」không thể dùng trong biểu hiện rủ rê hoặc yêu cầu.

② 先生がいらっしゃったら、｛○食べ始めましょう／×食べ出しましょう｝。(rủ rê)

　　Khi thầy đến thì chúng ta bắt đầu ăn nhé.

③ 本を ｛○読み始めてください／×読み出してください｝。(yêu cầu)

　　Anh/ chị hãy bắt đầu đọc sách đi.

4．(2) ～始める・～終わる・～続ける（động từ phức）

Biểu thị V bắt đầu, V kết thúc, V tiếp tục.

① 雨は３時間くらい続きましたが、電話がかかってきたのは、{○雨が降り始めた／×雨が降った} ときでした。

Mưa đã kéo dài 3 tiếng, và điện thoại gọi đến là lúc trời bắt đầu mưa.

② 宿題の作文を {○書き終わる／×書く} 前に、友達が遊びに来た。

Bạn tôi đã đến chơi trước khi tôi viết xong bài tập làm văn.

③ ５分間走り続けてください。

Anh/ chị hãy chạy liên tục trong 5 phút.

4．(3) ～忘れる・～合う・～換える（động từ phức）

(1)「V thể ます ＋ 忘れる」có nghĩa là quên làm V.

① 今日の料理は塩を入れ忘れたので、おいしくない。

Món ăn hôm nay không ngon vì tôi đã quên cho muối.

(2)「V thể ます ＋ 合う」có nghĩa là nhiều người hoặc vật làm V với nhau/ lẫn nhau.

② 困ったときこそ助け合うことが大切だ。

Chính khi gặp khó khăn thì việc giúp đỡ nhau mới quý.

(3)「V thể ます ＋ 換える」có nghĩa là thay đổi cái gì đó bằng cách làm V, hoặc làm V khác.

③ 部屋の空気を入れ換えた。　Tôi đã (mở cửa) để cho không khí mới vào phòng.

④ 電車からバスに乗り換えた。　Tôi đã chuyển từ tàu điện sang xe buýt.

読む・書く

…ということになる

「…ということになる」được dùng khi biểu thị rằng nếu ở một điều kiện nào đó thì sẽ dẫn đến kết quả (…).

① 申し込む学生が１０人以上にならなければ、この旅行は中止ということになる。

Nếu số sinh viên đăng ký dưới 10 người thì chuyến du lịch này sẽ bị hủy.

② 今夜カレーを食べれば、３日続けてカレーを食べたということになる。

Nếu tối nay chúng ta ăn cà-ri thì (như vậy) là chúng ta đã ăn cà-ri 3 ngày liên tiếp.

Bài 11

1. ～てくる・～ていく （sự thay đổi）

(1) 「～てくる」biểu thị sự thay đổi kéo dài suốt cho đến thời điểm hiện tại.

① だんだん春らしくなってきました。　Tiết trời đã dần dần trở nên như mùa xuân.

(2) 「～ていく」biểu thị chiều hướng của sự biến đổi trong tương lai.

② これからは、日本で働く外国人が増えていくでしょう。

Từ nay có lẽ số người nước ngoài làm việc ở Nhật Bản sẽ tăng lên.

[Tham chiếu] 「～てくる・～ていく（phương hướng dịch chuyển）」：
兄が旅行から帰ってきた。　　　　　　　　　（☞『みんなの日本語中級Ⅰ』Bài 6）

2. ～たら［どう］？

V たら

(1) Cách nói này được sử dụng khi gợi ý với người khác điều mà mình thấy hợp lý. Nó đơn thuần là chỉ ra một sự lựa chọn để người nghe có thể chọn. 「～たらいかがですか」là cách nói lịch sự của「～たらどう？」.

① A：今日は恋人の誕生日なんだ。

　　Hôm nay là sinh nhật của người yêu tôi.

　B：電話でもかけて｛あげたらどう／あげたらいかがですか｝？

　　Sao anh không gọi cho cô ấy đi?

(2) 「～たらどう？／～たら？」được dùng cho những người có quan hệ gần gũi như bạn bè, gia đình hoặc người dưới, v.v..

② A：少し熱があるみたい…。

　　Có vẻ như tôi hơi sốt.

　B：薬を飲んで、今日は早く寝たら？

　　Anh/ chị hãy uống thuốc và hôm nay đi ngủ sớm đi.

3. …より…ほうが… （so sánh）

```
V  ⎫                    ⎧ V          ⎫
いA ⎬ thể nguyên dạng    ⎪ いA         ⎬ thể nguyên dạng
なA ⎪              より   ⎨ なA  －な
N  ⎭                    ⎩ N の        ⎭                 + ほうが…
```

(1) 「YよりXほうが…」chủ yếu được dùng để trả lời cho mẫu 「XとYとではどちらが…ですか」.

① 北海道と東京とではどちらが寒いですか。

Hokkaido và Tokyo thì ở đâu lạnh hơn?

…○ 北海道のほうが寒いです。　Hokkaido lạnh hơn.

　× 北海道は東京より寒いです。　Hokkaido lạnh hơn Tokyo.

(2) Kể cả không phải để trả lời câu hỏi thì vẫn có thể dùng mẫu 「YよりXほうが…」. Khi đó, nó sẽ có sắc thái nhấn mạnh rằng "Có thể bạn cho là Y 「…」 hơn X, nhưng thực ra không phải vậy."

② 今日は、北海道より東京のほうが気温が低かったです。

Hôm nay, ở Tokyo nhiệt độ xuống thấp hơn Hokkaido.

③ 漢字は見て覚えるより書いて覚えるほうが忘れにくいと思います。

Tôi nghĩ rằng bạn sẽ khó quên chữ Hán hơn nếu bạn nhớ nó bằng cách viết ra thay vì chỉ xem nó.

④ パーティーの料理は少ないより多いほうがいいです。

Thức ăn cho một buổi tiệc thì có nhiều vẫn tốt hơn là có ít.

⑤ 子どもに食べさせる野菜は、値段が安いより安全なほうがいい。

Rau cho trẻ con ăn thì tiêu chí an toàn vẫn hơn tiêu chí rẻ.

Tham chiếu　「〜は〜より (so sánh)」：この車はあの車より大きいです。

　　　　　　「〜がいちばん〜 (mẫu này có nghĩa cái gì đó là nhất)」：
　　　　　　日本料理［の中］で何がいちばんおいしいですか。

　　　　　　…てんぷらがいちばんおいしいです。　　　　(☞『みんなの日本語初級Ⅰ』Bài 12)

4. 〜らしい

N らしい

「N₁ らしい N₂」biểu thị rằng N₂ mang đặc trưng điển hình của N₁.

① 山本さんの家はいかにも日本の家らしい家です。

Nhà của chị Yamamoto thực sự mang dáng dấp của một ngôi nhà Nhật Bản.

② 春らしい色のバッグですね。　Chiếc túi có màu sắc của mùa xuân nhỉ.

③ これから試験を受ける会社へ行くときは学生らしい服を着て行ったほうがいいですよ。

Từ nay, khi đi dự thi ở các công ty, bạn nên mặc trang phục đúng kiểu sinh viên thì hay hơn đấy.

「N らしい」có thể làm vị ngữ.

④ 今日の田中さんの服は学生らしいね。

Trang phục của anh Tanaka mặc hôm nay làm anh ấy nhìn như sinh viên ấy nhỉ.

⑤ 文句を言うのはあなたらしくない。

Việc quen miệng kêu ca chẳng giống anh chút nào cả.

5. …らしい (truyền đạt lại / phỏng đoán)

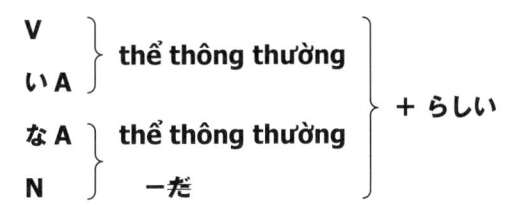

V ┐
いA ├ thể thông thường
なA ┤ thể thông thường   ┐ + らしい
N ┘ －だ

(1)「…らしい」biểu thị việc truyền đạt lại thông tin「…」đã đọc hoặc đã nghe.

① 新聞によると、昨日の朝中国で大きい地震があったらしい。

Theo báo đưa tin thì hình như sáng hôm qua, ở Trung Quốc đã xảy ra trận động đất lớn.

② 雑誌で見たんだけど、あの店のケーキはおいしいらしいよ。

Tôi đã đọc thông tin này trên báo, rằng có vẻ bánh của cửa hàng đó rất ngon đấy.

③ 先生の話では、試験の説明は全部英語らしい。

Theo như thầy nói thì có vẻ là toàn bộ những hướng dẫn về kỳ thi đều bằng tiếng Anh.

(2)「…らしい」cũng có thể biểu thị rằng người nói cho là (phỏng đoán) điều gì đó có vẻ là như thế dựa trên những gì đã thấy, đã nghe.

④ パーティーが始まったらしい。会場の中からにぎやかな声が聞こえてくる。

Hình như buổi tiệc đã bắt đầu. Có tiếng ồn ào từ trong hội trường đang vọng lại.

⑤ 山田さんはずいぶんのどがかわいていたらしい。コップのビールを休まずに全部飲んでしまったよ。

Có vẻ như anh Yamada rất khát. Anh ấy đã uống ực cốc bia một hơi không nghỉ đấy.

Tham chiếu 「N らしい (tỷ dụ, đưa ví dụ minh họa)」: 春らしい色のバッグですね。

6. ～として

N として

Trong mẫu 「～として」, 「～」 biểu thị một tư cách, lập trường hay quan điểm.

① 会社の代表として、お客さんに新しい商品の説明をした。

Tôi đã giới thiệu với khách hàng về sản phẩm mới với tư cách là đại diện của công ty.

② 東京は、日本の首都として世界中に知られている。

Tokyo được biết đến trên toàn thế giới với tư cách là thủ đô của Nhật Bản.

7. (1) ～ず [に] … (hoàn cảnh đi kèm / phương tiện)

V thể ない + ず [に] … (tuy nhiên, 「～する」 → 「～せず」)

「～ず [に] …」 là cách nói có nghĩa như 「～ないで…」, nhưng chủ yếu được dùng trong văn viết.

① その男は先週の土曜日にこの店に来て、一言も話さず、酒を飲んでいた。

Người đàn ông đó thứ bảy tuần trước đã đến cửa hàng này uống rượu mà không nói một lời nào cả.

② 急いでいたので、かぎを ｛かけずに／かけないで｝ 出かけてしまった。

(hoàn cảnh đi kèm) Vì vội nên tôi đã ra khỏi nhà mà không khóa cửa.

③ 辞書を ｛使わずに／使わないで｝ 新聞が読めるようになりたい。

(phương tiện) Tôi muốn có thể đọc được báo mà không cần sử dụng từ điển.

7. (2) ～ず、… (nguyên nhân / lý do, liệt kê)

V thể ない + ず、… (nhưng, 「～する」 → 「～せず」)

(1) 「～ず、…」 biểu thị nguyên nhân hoặc lí do giống như 「～なくて、…」, nhưng chủ yếu được dùng trong văn viết.

① 子どもの熱が ｛下がらず／下がらなくて｝、心配しました。

Con tôi không hạ sốt nên tôi đã rất lo lắng.

(2) 「X ず、Y」 còn được dùng với ý nghĩa liệt kê như trong mẫu 「X ない。そして、Y。(không X, mà Y)」.

② 田中さんは今月出張せず、来月出張することになりました。

Anh Tanaka không đi công tác tháng này, anh ấy sẽ đi vào tháng sau.

Tham chiếu 「～なくて（nguyên nhân và kết quả）」：家族に会えなくて、寂しいです。

(☞『みんなの日本語初級Ⅱ』Bài 39)

8. ～ている（kinh nghiệm / lí lịch, lịch sử）

(1) 「～ている」biểu thị một thực tế lịch sử, kinh nghiệm hay lí lịch, và thường được sử dụng cùng với những phó từ diễn tả số lần hay thời gian như:「～回」(~ lần),「長い間」(một thời gian dài), v.v..

① この寺は今まで2回火事で焼けている。

Ngôi chùa này cho đến nay đã bị cháy 2 lần.

② 京都では長い間大きな地震が起こっていない。もうすぐ地震が来るかもしれない。

Trong một thời gian dài, ở Kyoto không xảy ra động đất lớn. Cũng có thể sắp sửa sẽ có một trận lớn xảy ra.

(2) Mẫu「～ている」này được dùng trong trường hợp một sự việc nào đó xảy ra trước đây có liên hệ với trạng thái hiện tại của chủ thể.

③ 田中さんは高校のときアメリカに留学している。だから、英語の発音がきれいだ。

Anh Tanaka đã du học ở Mỹ hồi cấp 3. Vì thế, phát âm tiếng Anh của anh ấy rất tốt.

Tham chiếu 「～ている（đang tiếp diễn）」：

ミラーさんは今電話をかけています。 (☞『みんなの日本語初級Ⅰ』Bài 14)

「～ている（trạng thái kết quả của một hành động đã xảy ra）」：

サントスさんは結婚しています。 (☞『みんなの日本語初級Ⅰ』Bài 15)

「～ている（thói quen）」：

毎朝ジョギングをしています。 (☞『みんなの日本語初級Ⅱ』Bài 28)

「～ている（trạng thái kết quả của một hành động đã xảy ra）」：

窓が割れています。 (☞『みんなの日本語初級Ⅱ』Bài 29)

話す・聞く

～なんかどう？

「～なんか」được sử dụng khi đề xuất với người nghe những gợi ý thích hợp. Cách nói này cho sắc thái nghĩa là còn có những lựa chọn khác đáng để xem xét, và nó được dùng để tránh tạo ra cảm giác áp đặt ý kiến của mình đối với người nghe.

① ［店で］これなんかいかがでしょうか。

　　(Trong cửa hàng) Như cái này thì thế nào ạ?

② A：次の会長はだれがいいかな。

　　Không biết ai là ổn nhất cho vị trí chủ tịch nhiệm kỳ tới nhỉ?

　B：田中さんなんかいいと思うよ。

　　Tôi nghĩ rằng ông Tanaka có thể là một lựa chọn tốt.

Cách nói「～などどうですか」có ý nghĩa tương tự nhưng hơi cứng (trang trọng).

Bài 12

1. …もの／もんだから

$$\left.\begin{array}{l}\text{V}\\ \text{いA}\end{array}\right\}\text{thể thông thường}$$
$$\left.\begin{array}{l}\text{なA}\\ \text{N}\end{array}\right\}\begin{array}{l}\text{thể thông thường}\\ -\text{だ} \rightarrow \text{な}\end{array}\right\} + \text{もの／もんだから}$$

「…もの／もんだから」biểu thị nguyên nhân hoặc lí do.

① 急いでいたものですから、かぎをかけるのを忘れてしまいました。

Vì gấp nên tôi đã quên khóa cửa.

② とても安かったものだから、買いすぎたんです。

Vì rẻ quá nên tôi đã mua quá nhiều.

Mẫu「X ものだから Y」được dùng để trình bày lí do nhằm biện hộ, giải thích rằng đó không phải là trách nhiệm của mình khi có một điều (Y) gì đó không mong muốn xảy ra.

③ A：どうしてこんなに遅くなったんですか。

Tại sao anh/ chị đến trễ quá vậy?

B：すみません。出かけようとしたら、電話がかかってきたものですから。

Xin lỗi. Khi tôi chuẩn bị ra khỏi nhà thì có cuộc điện thoại gọi đến.

「…ものだから」không thích hợp để dùng khi nói nguyên nhân, lí do mang tính khách quan như là「から」,「ので」.

④ この飛行機は 1 時間に 300 キロ飛ぶ｛○から／○ので／×ものだから｝、3 時間あれば向こうの空港に着く。

Vì máy bay này bay với tốc độ 300km/1 giờ nên chúng ta có thể đến được sân bay đó trong 3 tiếng.

Tham chiếu 「…から（lí do）」：

どうして朝、新聞を読みませんか。…時間がありませんから。

(☞『みんなの日本語初級Ⅰ』Bài 9)

2. (1) ～（ら）れる（bị động gián tiếp (nội động từ)）

Trong câu bị động của tiếng Nhật, ngoài câu bị động trực tiếp với tân ngữ Y của ngoại động từ trong câu chủ động「X が（は）Y を V する」trở thành chủ ngữ, thì còn có cách nói câu bị động với Y trong câu chủ động「X が（は）Y に V する」làm chủ ngữ, và câu bị động với chủ sở hữu Y của tân ngữ Z (của ngoại động từ) trong câu chủ động 「X が Y の Z を V する」 làm chủ ngữ.

① 先生はわたしを注意した。（を → が（は））
　→ わたしは先生に注意された。

② 部長はわたしに仕事を頼んだ。（に → が（は））
　→ わたしは部長に仕事を頼まれた。

③ 泥棒がわたしの財布を盗んだ。（の→が（は））
　→ わたしは泥棒に財布を盗まれた。　　　　　（①～③☞『みんなの日本語初級Ⅱ』Bài 37）

Ngoài ra, trong tiếng Nhật, có thể chuyển câu nội động từ 「X が（は）V する」 thành câu bị động. Trường hợp này thì người chịu ảnh hưởng bởi tác động X sẽ trở thành chủ ngữ của câu, và câu biểu thị rằng người đó đã chịu ảnh hưởng xấu (sự phiền toái hoặc thiệt hại) bởi tác động đó.

④ 昨日雨が降った。（nội động từ）　Hôm qua mưa.
　→ わたしは昨日雨に降られて、ぬれてしまった。（bị động của nội động từ）
　　Hôm qua tôi đã bị mắc mưa và ướt hết.

⑤ あなたがそこに立つと、前が見えません。（nội động từ）
　→ あなたにそこに立たれると、前が見えません。（bị động của nội động từ）
　　Nếu anh đứng đó thì tôi không thể nhìn thấy gì ở phía trước.

Chủ sở hữu của chủ ngữ của nội động từ cũng có thể trở thành chủ ngữ trong câu bị động.

⑥ わたしの父が急に死んで、わたしは大学に行けなかった。（nội động từ）
　　Bố tôi đột ngột mất đi và tôi đã không thể học lên đại học.
　→ わたしは父に急に死なれて、大学に行けなかった。
　　（bị động của nội động từ）
　　Tôi bị mất bố đột ngột và đã không thể học lên đại học.

2. (2) ～（ら）れる (bị động gián tiếp (ngoại động từ))

Ngoại động từ cũng có thể được dùng cho câu bị động chỉ việc chịu phiền phức hay thiệt hại.

① こんなところに信号を作られて、車が渋滞するようになってしまった。
　　Họ dựng cột đèn hiệu ở cả những chỗ như thế này làm cho xe cộ trở nên tắc nghẽn.

② わたしの家の前にゴミを捨てられて困っています。
　　Trước nhà tôi bị người ta vứt rác nên đang không biết phải làm sao.

[Tham chiếu] 「～（さ）せられる／～される（sai khiến bị động）」：
太郎君は先生に掃除をさせられた。　　　　　　（☞『みんなの日本語中級Ⅰ』Bài 4）

3. ～たり～たり

V たり

いA → -いかったり

なA → -だったり

N → -だったり

(1) Mẫu「～たり～たり」là cách nói đưa ra 2 ví dụ thích hợp trong một chuỗi các hành động.
　① 休みの日は、洗濯をしたり、掃除をしたりします。（liệt kê hành động）
　　　　　　　　　　　　　　　　　　　　　　　（☞『みんなの日本語初級Ⅰ』Bài 19）

(2) Mẫu「V₁ たり V₂ たり」dùng cặp động từ V₁ và V₂ có ý nghĩa ngược nhau, biểu thị V₁, V₂ xảy ra xen kẽ nhau.
　② 映画を見ているとき笑ったり泣いたりしました。
　　Khi xem phim, tôi (đã) lúc khóc lúc cười.
　③ この廊下は人が通ると、電気がついたり消えたりします。
　　Hành lang này khi có người đi qua thì đèn sẽ (tự động) bật, tắt.

Trường hợp muốn chỉ nhiều chủng loại khác nhau thì「～たり～たり」cũng có thể được dùng cho tính từ.
　④ この店の食べ物は種類が多くて、甘かったり辛かったりします。
　　Nhà hàng này thực đơn có nhiều món ăn khác nhau, gồm cả món ngọt và món cay.

4. ～っぱなし

V thể ます + っぱなし

「～っぱなし」chỉ việc tiếp tục kéo dài không mong muốn của một trạng thái mà thông thường sẽ chấm dứt kịp thời. Đưa động từ thể ます (gốc từ) vào trong「～」.
　① 服が脱ぎっぱなしだ。片づけないから、部屋が汚い。
　　Con cởi đồ và để bừa vậy. Chẳng chịu dọn dẹp gì cả nên phòng rất bẩn.
　② こらっ。ドアが開けっぱなしだよ。早く閉めなさい。
　　Này, con để cửa mở đấy. Nhanh đóng lại đi.

Tham chiếu 「〜たまま、…・〜のまま、…」：
眼鏡をかけたまま、おふろに入った。 (☞『みんなの日本語中級Ⅰ』Bài 8)

5.(1) …おかげで、…・…おかげだ

```
V  }
いA } thể thông thường
なA   thể thông thường
      ーだ → な              + { おかげで
N    thể thông thường           おかげだ
      ーだ → の
```

Mẫu「X おかげで、Y・X おかげだ」được dùng khi nói nhờ nguyên nhân X đã đem lại kết quả tốt Y.

① 先生が手紙を書いてくださったおかげで、大きい病院で研修を受けられることになった。

Nhờ có thầy viết thư tiến cử cho mà tôi đã có thể thực tập ở một bệnh viện lớn.

② 値段が安かったおかげで、たくさん買えました。

Nhờ giá cả rẻ nên tôi đã mua được nhiều.

③ 地図の説明が丁寧なおかげで、待ち合わせの場所がすぐにわかりました。

Nhờ có sự giải thích cẩn thận của bản đồ mà tôi đã tìm thấy được ngay chỗ hẹn.

④ 皆様のおかげで、スピーチ大会で優勝することができました。

Nhờ có sự động viên, giúp đỡ của mọi người mà tôi đã có thể giành chiến thắng ở cuộc thi hùng biện.

5.(2) …せいで、…・…せいだ

```
V  }
いA } thể thông thường
なA   thể thông thường
      ーだ → な              + { せいで
N    thể thông thường           せいだ
      ーだ → の
```

Ngược lại, khi phát sinh một kết quả không mong muốn thì dùng 「…せいで・…せいだ」.

① 事故のせいで、授業に遅れてしまった。

Do vụ tai nạn nên tôi đã đến lớp trễ.

② ｜風邪薬を飲んでいる／風邪薬の｜せいで、眠くなった。

Do tôi uống thuốc cảm nên đã rất buồn ngủ.

話す・聞く

…みたいです（phỏng đoán）

```
V    ⎫
いA   ⎬ thể thông thường      ⎫
なA   ⎬ thể thông thường      ⎬ + みたいだ
N    ⎭     －だ                ⎭
```

「…みたいです」biểu thị sự phán đoán dựa vào tình huống, chẳng hạn như biểu hiện bên ngoài của một sự việc, v.v..

① 電気が消えているね。隣の部屋は留守みたいだね。

Đèn điện đang tắt nhỉ. Phòng bên cạnh có vẻ đang đi vắng nhỉ.

② 田中さんはお酒を飲んだみたいです。顔が赤いです。

Có vẻ anh Tanaka đã uống rượu. Mặt anh ấy rất đỏ.

「…みたいです」có nghĩa giống với「…ようだ」, nhưng「…ようだ」được dùng trong văn viết hoặc trong lời nói trang trọng.

③ 資料が届いたようですので、事務室に取りに行ってまいります。

Dường như tài liệu đã được gửi đến, tôi đến văn phòng nhận đây.

Tham chiếu 「…ようだ（phán đoán từ tình huống）」:

隣の部屋にだれかいるようです。

(☞『みんなの日本語初級Ⅱ』Bài 47)

読む・書く

どちらかと言えば、～ほうだ

```
V    ⎫
いA   ⎬ thể thông thường      ⎫
なA     thể thông thường        ⎬ + ほうだ
         －だ → な              ⎭
```

Mẫu「どちらかと言えば、Xほうだ」biểu thị rằng nếu nói một cách chính xác thì không hẳn là X, nhưng nếu nói một cách đại khái (không nói rõ ra là X hay không là X) thì sẽ là X.

① この辺りには高い店が多いのですが、この店はどちらかと言えば、安いほうです。

Nhiều quán ở khu vực này đắt, nhưng quán này thuộc dạng rẻ.

② わたしはどちらかと言えば、好き嫌いはあまりないほうだ。

Tôi thuộc dạng sao cũng được, không quá cầu kỳ.

③ この町はわたしの国ではどちらかと言えば、にぎやかなほうです。

Thị trấn này nếu ở nước tôi sẽ được xem là thuộc dạng náo nhiệt.

④ 食事しながらお酒を飲みますか。

Anh vừa dùng bữa vừa uống rượu à?

…そうですね。いつもではありませんが、どちらかと言えば、飲むほうですね。

À, vâng, không phải lúc nào cũng vậy, nhưng tôi thường uống khi ăn.

～ます／ませんように

(1) Mẫu 「～ますように／～ませんように」 có nghĩa là mong/ hy vọng/ cầu chúc cho điều gì đó xảy ra hoặc không xảy ra. Nó thường được dùng với 「どうか」,「どうぞ」 khi nói một mình hoặc nhắc người khác.

① 優しい人と結婚できますように。

Tôi hy vọng có thể cưới được người tốt.

② どうか大きい地震が起きませんように。

Tôi cầu mong sẽ không có động đất lớn xảy ra.

③ 先生もどうぞ風邪をひかれませんように。

Mong thầy cũng chú ý đừng để bị cảm.

Các Nội Dung Chính Đã Học

Bài Học	話す・聞く (Nói và Nghe)	読む・書く (Đọc và Viết)
Bài 1	お願いがあるんですが (Tôi có một việc muốn nhờ anh/ chị ...)	畳 (chiếu Tatami)
Mục tiêu bài học	Lịch sự nhờ một điều gì đó tế nhị. Bày tỏ lòng cám ơn.	Vừa đọc vừa tìm xem lịch sử và giá trị của đối tượng nói đến được viết ở đâu.
Các mẫu ngữ pháp	1．〜てもらえませんか・〜ていただけませんか・〜てもらえないでしょうか・〜ていただけないでしょうか	2．〜のようだ・〜のような〜・〜のように… 3．〜ことは／が／を 4．〜を〜と言う 5．〜という〜 6．いつ／どこ／何／だれ／どんなに〜ても
Các mẫu bổ sung	＊〜じゃなくて、〜	＊…のだ・…のではない ＊何人も、何回も、何枚も…
Bài 2	何のことですか (Nó có nghĩa là gì?)	外来語 (Từ ngoại lai)
Mục tiêu bài học	Hỏi nghĩa của từ không biết, và xác nhận cần phải làm gì.	Tìm ví dụ và ý kiến.
Các mẫu ngữ pháp	1．(1) 〜たら、〜た 　　(2) 〜たら、〜た 2．〜というのは〜のことだ・〜というのは…ということだ 3．…という〜	5．〜みたいだ・〜みたいな〜・〜みたいに…

		4．…ように言う／注意する／伝える／頼む	
Các mẫu bổ sung		＊〜ところ	
Bài 3		遅れそうなんです (Có vẻ tôi sẽ bị trễ.)	時間よ、止まれ！ (Thời gian ơi, xin ngừng lại!)
Mục tiêu bài học		Giải thích sự việc và xin lỗi lịch sự. Lịch sự nhờ thay đổi điều gì.	Hình dung về nội dung của đoạn văn bằng cách xem biểu đồ.
Các mẫu ngữ pháp		1．〜(さ)せてもらえませんか・〜（さ）せていただけませんか・〜（さ）せてもらえないでしょうか・〜（さ）せていただけないでしょうか 2．(1) …ことにする 　　(2) …ことにしている 3．(1) …ことになる 　　(2) …ことになっている	4．〜てほしい・〜ないでほしい 5．(1) 〜そうな〜・〜そうに… 　　(2) 〜なさそう 　　(3) 〜そうもない
Các mẫu bổ sung		＊〜たあと、…	
Bài 4		伝言、お願いできますか (Tôi có thể nhờ anh/ chị nhắn giúp được không?)	電話嫌い (Ghét điện thoại)
Mục tiêu bài học		Nhờ ai đó nhắn giúp, và nhận lời nhắn. Để lại lời nhắn trong hộp thư thoại của ai đó.	Vừa đọc đoạn văn vừa suy nghĩ về sự thay đổi của những cảm xúc.

Các mẫu ngữ pháp	1．…ということだ 2．…の・…の？ 3．～ちゃう・～とく・～てる	4．～（さ）せられる・～される 5．～である 6．~~ます~~、~~ます~~、…・～く~~も~~、～く~~も~~、… [hình thức kết lửng] 7．(1) ～（た）がる 　　(2) ～（た）がっている 8．…こと・…ということ
Các mẫu bổ sung	＊～の～ ＊～ましたら、…・～まして、…	
Bài 5 Mục tiêu bài học	**どう行ったらいいでしょうか** **(Tôi phải đi như thế nào?)** Hỏi cách đi, chỉ cách đi. Hỏi lộ trình đi, chỉ lộ trình đi.	**地図** **(Bản đồ)** Vừa suy nghĩ lí do vừa đọc đoạn văn.
Các mẫu ngữ pháp	1．(1) あ～・そ～ 　　(2) そ～ 2．…んじゃない？ 3．～たところに／で	4．(1) ～（よ）う [thể ý định] とする 　　(2) ～（よ）う [thể ý định] とする／しない 5．…のだろうか 6．～との／での／からの／までの／への～ 7．…だろう・…だろうと思う
Các mẫu bổ sung	＊…から、～てください	＊が／の

Bài 6	行かせていただきたいんですが (Tôi muốn được đi, ...)	メンタルトレーニング (Rèn luyện tinh thần)
Mục tiêu bài học	Xin phép để được làm việc gì. Thương lượng để được cho phép.	Vừa đọc vừa suy nghĩ xem「こそあど」chỉ cái gì.
Các mẫu ngữ pháp	1．(1)…て…・…って… 　　(2)〜って…	2．(1)〜つもりはない 　　(2)〜つもりだった 　　(3)〜たつもり・〜ているつもり 3．〜てばかりいる・〜ばかり〜ている 4．…とか… 5．〜てくる 6．〜てくる・〜ていく
Các mẫu bổ sung		＊こ〜

Bài 7	楽しみにしてます・遠慮させてください (Tôi đang rất mong chờ. Cho phép tôi không ...)	まんじゅう、怖い (Tôi sợ bánh ngọt nhân đậu đỏ lắm!)
Mục tiêu bài học	Vui vẻ nhận lời mời. Nói lí do và từ chối lịch sự.	Vừa đọc vừa xác nhận là ai đã nói.
Các mẫu ngữ pháp	1．(1)〜なくてはならない／いけない・〜なくてもかまわない	4．(1)〜なんか… 　　(2)…なんて… 5．(1)〜(さ)せる

111

		(2) ～なくちゃ／～なきゃ［いけない］ 2．…だけだ・［ただ］…だけでいい 3．…かな	(2) ～（さ）せられる・～される 6．…なら、…
	Các mẫu bổ sung		＊～てくれ
Bài 8		迷子になっちゃったんです (Tôi đã bị lạc đường!)	科学者ってどう見える？ (Bạn nghĩ thế nào về các nhà khoa học?)
	Mục tiêu bài học	Giải thích chi tiết về trạng thái của người hay vật.	Tìm câu trả lời cho câu hỏi nêu ra ở tiêu đề. Vừa đọc đoạn văn vừa suy nghĩ xem câu văn trước và sau liên quan đến nhau như thế nào.
	Các mẫu ngữ pháp	1．(1) ～あいだ、… 　　(2) ～あいだに、… 2．(1) ～まで、… 　　(2) ～までに、… 3．～た～	4．～によって… 5．～たまま、…・～のまま、… 6．…からだ
	Các mẫu bổ sung	＊髪／目／形 をしている	
Bài 9		どこが違うんですか (Khác nhau ở đâu?)	カラオケ (Karaoke)
	Mục tiêu bài học	Bày tỏ nguyện vọng hoặc điều kiện về thứ muốn mua. So sánh điểm khác nhau và chọn thứ muốn mua.	Nắm bắt chính xác sự thực. Hiểu những gì của người viết nghĩ.

Các mẫu ngữ pháp	1．お～ます です 2．～てもかまわない 3．…ほど～ない・…ほどではない	4．～ほど～はない／いない 5．…ため［に］、…・…ためだ 6．～たら／～ば、…た
Bài 10 Mục tiêu bài học	そんなはずはありません (Không thể có chuyện đấy.) Xử lý bình tĩnh khi bị hiểu nhầm.	記憶型と注意型 (Kiểu trí nhớ và Kiểu chú ý) Vừa đọc vừa tìm điểm khác nhau. Hiểu kết luận.
Các mẫu ngữ pháp	1．(1) …はずだ 　　(2) …はずが／はない 　　(3) …はずだった	2．…ことが／もある 3．～た結果、…・～の結果、… 4．(1) ～出す 　　(2) ～始める・～終わる・～続ける 　　(3) ～忘れる・～合う・～換える
Các mẫu bổ sung		＊…ということになる
Bài 11 Mục tiêu bài học	お勧めのところ、ありませんか (Anh/ chị có chỗ nào gợi ý giúp không?) Đề xuất và nhận đề xuất.	白川郷の黄金伝説 (Truyền thuyết về kho vàng ở Shirakawa-go) Hình dung nội dung của đoạn văn qua việc xem tranh. Nắm lí do tại sao có truyền thuyết về vàng bạc.
Các mẫu ngữ pháp	1．～てくる・～ていく 2．～たら［どう］？	5．…らしい 6．～として

		3．…より…ほうが…	7．(1) ～ず［に］…
		4．～らしい	(2) ～ず、…
			8．…ている
	Các mẫu bổ sung	＊～なんかどう？	
Bài 12		ご迷惑をかけてすみませんでした (Tôi xin lỗi vì đã gây phiền phức.)	【座談会】 日本で暮らす (Tọa đàm: Sống ở Nhật Bản)
	Mục tiêu bài học	Xin lỗi sau khi bị than phiền. Trình bày hoàn cảnh.	Vừa đọc vừa so sánh sự khác biệt trong các ý kiến.
	Các mẫu ngữ pháp	1．…もの／もんだから 2．(1) ～（ら）れる 　(2) ～（ら）れる	3．～たり～たり 4．～っぱなし 5．(1) …おかげで、…・…おかげだ (2) …せいで、…・…せいだ
	Các mẫu bổ sung	＊…みたいです	＊どちらかと言えば、～ほうだ ＊～ます／ませんように

文法担当　Phụ trách ngữ pháp
　庵功雄（Isao Iori）　　高梨信乃（Shino Takanashi）　　中西久実子（Kumiko Nakanishi）
　前田直子（Naoko Maeda）

執筆協力　Cộng tác viết
　亀山稔史（Toshifumi Kameyama）　澤田幸子（Sachiko Sawada）　新内康子（Koko Shin'uchi）
　関正昭（Masaaki Seki）　　　　　田中よね（Yone Tanaka）　　　鶴尾能子（Yoshiko Tsuruo）
　藤嵜政子（Masako Fujisaki）　　　牧野昭子（Akiko Makino）　　　茂木真理（Mari Motegi）

編集協力　Cộng tác biên tập
　石沢弘子（Hiroko Ishizawa）

ベトナム語翻訳監修　Chịu trách nhiệm bản dịch tiếng Việt
　五味政信（Masanobu Gomi）

ベトナム語翻訳　Biên dịch tiếng Việt
　Ngô Quang Vinh

イラスト　Hình minh họa
　佐藤夏枝（Natsue Sato）

本文レイアウト　Trình bày
　山田武（Takeshi Yamada）

編集担当　Biên tập
　井上隆朗（Takao Inoue）

みんなの日本語　中級Ⅰ
翻訳・文法解説　ベトナム語版

2014年6月10日　初版第1刷発行
2022年7月5日　　第6刷発行

編著者　スリーエーネットワーク
発行者　藤嵜政子
発　行　株式会社　スリーエーネットワーク
　　　　〒102-0083　東京都千代田区麹町3丁目4番
　　　　　　　　　　トラスティ麹町ビル2F
　　　　電話　営業　03（5275）2722
　　　　　　　編集　03（5275）2726
　　　　https://www.3anet.co.jp/
印　刷　倉敷印刷株式会社

ISBN978-4-88319-692-0　C0081
落丁・乱丁本はお取り替えいたします。
本書の全部または一部を無断で複写複製（コピー）することは著作権法上
での例外を除き、禁じられています。
「みんなの日本語」は株式会社スリーエーネットワークの登録商標です。

みんなの日本語シリーズ

みんなの日本語 初級I 第2版

- 本冊(CD付) ……………… 2,750円(税込)
- 本冊 ローマ字版(CD付) … 2,750円(税込)
- 翻訳・文法解説 ………… 各2,200円(税込)
  英語版／ローマ字版【英語】／中国語版／韓国語版／ドイツ語版／スペイン語版／ポルトガル語版／ベトナム語版／イタリア語版／フランス語版／ロシア語版(新版)／タイ語版／インドネシア語版／ビルマ語版／シンハラ語版
- 教え方の手引き …………… 3,080円(税込)
- 初級で読めるトピック25 … 1,540円(税込)
- 聴解タスク25 ……………… 2,200円(税込)
- 標準問題集 ………………… 990円(税込)
- 漢字 英語版 ……………… 1,980円(税込)
- 漢字 ベトナム語版 ……… 1,980円(税込)
- 漢字練習帳 ………………… 990円(税込)
- 書いて覚える文型練習帳 … 1,430円(税込)
- 導入・練習イラスト集 …… 2,420円(税込)
- CD 5枚セット …………… 8,800円(税込)
- 会話DVD ………………… 8,800円(税込)
- 会話DVD　PAL方式 …… 8,800円(税込)
- 絵教材CD-ROMブック …… 3,300円(税込)

みんなの日本語 初級II 第2版

- 本冊(CD付) ……………… 2,750円(税込)
- 翻訳・文法解説 ………… 各2,200円(税込)
  英語版／中国語版／韓国語版／ドイツ語版／スペイン語版／ポルトガル語版／ベトナム語版／イタリア語版／フランス語版／ロシア語版(新版)／タイ語版／インドネシア語版／ビルマ語版
- 教え方の手引き …………… 3,080円(税込)
- 初級で読めるトピック25 … 1,540円(税込)
- 聴解タスク25 ……………… 2,640円(税込)
- 標準問題集 ………………… 990円(税込)
- 漢字 英語版 ……………… 1,980円(税込)
- 漢字 ベトナム語版 ……… 1,980円(税込)
- 漢字練習帳 ………………… 1,320円(税込)
- 書いて覚える文型練習帳 … 1,430円(税込)
- 導入・練習イラスト集 …… 2,640円(税込)
- CD 5枚セット …………… 8,800円(税込)
- 会話DVD ………………… 8,800円(税込)
- 会話DVD　PAL方式 …… 8,800円(税込)
- 絵教材CD-ROMブック …… 3,300円(税込)

みんなの日本語 初級 第2版

- やさしい作文 ……………… 1,320円(税込)

みんなの日本語 中級I

- 本冊(CD付) ……………… 3,080円(税込)
- 翻訳・文法解説 ………… 各1,760円(税込)
  英語版／中国語版／韓国語版／ドイツ語版／スペイン語版／ポルトガル語版／フランス語版／ベトナム語版
- 教え方の手引き …………… 2,750円(税込)
- 標準問題集 ………………… 990円(税込)
- くり返して覚える単語帳 …… 990円(税込)

みんなの日本語 中級II

- 本冊(CD付) ……………… 3,080円(税込)
- 翻訳・文法解説 ………… 各1,980円(税込)
  英語版／中国語版／韓国語版／ドイツ語版／スペイン語版／ポルトガル語版／フランス語版／ベトナム語版
- 教え方の手引き …………… 2,750円(税込)
- 標準問題集 ………………… 990円(税込)
- くり返して覚える単語帳 …… 990円(税込)

- 小説 ミラーさん
  ―みんなの日本語初級シリーズ―
- 小説 ミラーさんII
  ―みんなの日本語初級シリーズ―
  ……………………… 各1,100円(税込)

スリーエーネットワーク

ウェブサイトで新刊や日本語セミナーをご案内しております。
https://www.3anet.co.jp/